नवीन राष्ट्रीय शैक्षणिक धोरणानुसार (NEP) सावित्रीबाई फुले पुणे विद्यापीठ, व महाराष्ट्रातील इतर विद्यापीठातील पदवी व पदव्युत्तर (बी.ए. व एम.ए.) अर्थशास्त्र अभ्यासक्रमाच्या विद्यार्थ्यांसाठी उपयुक्त संदर्भ ग्रंथ

नागरी अर्थशास्त्र

Urban Economics

लेखक

डॉ. अविनाश कुलकर्णी

(M.Com, M.Phil, PhD, BJ)

Post-Doctoral Fellow, ICSSR, New Delhi

Senior Fellow, CCRT, New Delhi

डायमंड पब्लिकेशन्स

नागरी अर्थशास्त्र / डॉ. अविनाश कुलकर्णी
Urban Economics / Dr. Avinash Kulkarni

पहिली आवृत्ती : ऑगस्ट २०२५

ISBN : 978-93-90081-32-5

मुखपृष्ठ
डायमंड पब्लिकेशन्स

अक्षरजुळणी
'अक्षरवेल', दत्तवाडी, पुणे ४११ ०३०

मुद्रक
ट्रिनिटी अकॅडमी, पुणे

प्रकाशक
डायमंड पब्लिकेशन्स
२६४/३ शनिवार पेठ, अनुग्रह अपार्टमेंट
ओंकारेश्वर मंदिराजवळ, पुणे-४११ ०३०
☎ ८६०००१०४१६
info@dpbooks.in

ऑनलाईन पुस्तक खरेदीसाठी भेट द्या
www.dpbooks.in

प्रस्तावना

अर्थशास्त्र या ज्ञानशाखेतील वेगवेगळ्या घटकांची, मुद्यांची व्यापक मांडणी करत असताना १९६०च्या दशकात अर्थशास्त्राच्या ज्ञानाशाखेत वेगवेगळे अभ्यास विषय नव्याने उदयास आले. त्यापैकीच नव्याने उदयास आलेला एक महत्त्वाचा विषय म्हणजे नागरी अर्थशास्त्र होय. नागरी अर्थशास्त्र या विषयाचे मूळ सूक्ष्म अर्थशास्त्रामध्ये असून या विषयाची मांडणी व अभ्यास हा आंतरविद्याशाखा व बहुविद्याशाखा स्वरूपाचा आहे. २०व्या शतकाच्या उत्तरार्धात विशेषत: जागतिकीकरण, आणि उदारीकरणाच्या पार्श्वभूमीवर जागतिक पातळीवर नागरीकरणाची प्रक्रिया मोठ्याप्रमाणात गतीमान झाली. भारतामध्ये स्वातंत्र्योत्तरकाळात विशेषत: १९९० नंतरच्याकाळात नागरीकरणामध्ये खूप मोठ्याप्रमाणात वाढ झाली व होत आहे.

नागरीकरणाची ही प्रक्रिया अगदी प्राचीन काळापासून अस्तित्वात असलेली प्रक्रिया आहे आणि त्याविषयीच्या ऐतिहासिक दृष्टिकोनाचा अभ्यासही आता नागरी अर्थशास्त्राच्या अभ्यासामध्ये समाविष्ट होत आहे. नागरींकरणाच्या प्रक्रियेत मुख्यत: भारताच्या संदर्भातील नागरीकरणाचे स्वरूप, त्याची प्रक्रिया, त्याचे परिणाम, त्यामुळे निर्माण होणाऱ्या समस्या आणि त्यावरील समाधान यांचा सखोल अभ्यास करून विश्लेणात्मक मांडणी करणे हे आता आवश्यक व महत्त्वाचे बनले आहे.

भारतातील उद्योगधंदे, व्यापार यांचा जसा प्रादेशिक असमतोल विकास झालेला आढळून येतो, तसाच तो भारतातील नागरीकरणाच्या संदर्भातही आढळून येतो. भारतामध्ये प्रामुख्याने मुंबई, पुणे, बेंगळुरू, अहमदाबाद यांसारख्या शहरांच्या नागरीकरणाचा विस्तार खूप मोठ्याप्रमाणात झाला आहे. त्यामुळे तेथील नागरी

समस्या आता गंभीर स्वरूप धारण करू लागल्या आहेत. या शहरांमधील वाहतूक ही एक जटिल समस्या बनली आहे. येथे विकासाचा वेग जरी प्रचंड गतीमान असला तरी वाहतुकीचा वेग मात्र अत्यंत मंदावलेला अनुभवास येतो. त्यामुळे प्रदूषण, वेळेचा अपव्यय, आर्थिक नुकसान अशाप्रकारच्या वेगवेगळ्या समस्या गंभीर होऊ लागल्या आहेत.

वाढत्या नागरीकरणाच्या विविध समस्यांपैकी वाहतूक समस्ये इतकीच मोठी समस्या म्हणजे शहरातील राहत्या घरांची समस्या होय. वाढत्या नागरीकरणामुळे मोठ्या शहरातील जागांच्या आणि घरांच्या किंमती (अगदी गगनचुंबी इमारतीमधील सदनिकांच्या किंमती) पराकोटीची उंची गाठू लागल्या आहेत. परिणामी, नागरी गरिबी आणि झोपडपट्टीची समस्या गंभीर बून लागली आहे.

वाढते नागरीकरण, वाढत्या नागरीकरणाच्या वेगवेगळ्या समस्या त्यावरील धोरणात्मक निर्णय व उपाययोजना यांची अंमलबजावणी केली जात आहे. परंतु नागरीकरणातील प्रादेशिक वाढ अथवा विशिष्ट क्षेत्रातील वाढ आता मर्यादित अथवा सिमीत करण्याची अत्यंत आवश्यकता आहे. त्यामध्ये विकेंद्रित नागरीकरणसाठी धोरणात्मक दृष्टिकोनातून प्रयत्न होणे आवश्यक व महत्त्वाचे आहे. त्यादृष्टीने याविषयाचे अध्ययन, विवेचन, विश्लेषण आणि संशोधन करण्याच्या कामी प्रस्तुत पुस्तक एक संदर्भ ग्रंथ म्हणून उपयुक्त ठरणार आहे असा विश्वास आहे.

प्रस्तुत पुस्तकाच्या प्रकाशनाची जबाबदारी घेऊन मला उपकृत केल्याबद्दल मी डायमंड पब्लिकेशन्सचे श्री. दत्तात्रय पाष्टे व श्री. निलेश पाष्टे यांचे मन:पूर्वक आभार मानतो. हे पुस्तक लिहीत असताना विविध संदर्भ ग्रंथ उपलब्ध करून मोलाचे सहकार्य केल्याबद्दल मी टिळक महाराष्ट्र विद्यापीठ, पुणे येथील ग्रंथपाल यांचेसुद्धा आभार मानतो. या पुस्तक लेखनाच्या कामी मला उपयुक्त साधनसुविधा उपलब्ध करून दिल्याबद्दल मी गोखले राज्यशास्त्र व अर्थशास्त्र संस्था, पुणे यांचेसुद्धा आभार मानतो.

डॉ. अविनाश कुलकर्णी

अनुक्रमाणिका

१

नागरी अर्थशास्त्र विषयाची ओळख
(Introduction to Urban Economics)

प्रस्तावना

अर्थशास्त्र या ज्ञानशाखेचा आंतरविद्याशाखा स्वरूपातील विस्तार होत असताना २०व्या शतकाच्या उत्तरार्धात साधारणत: १९६०च्या दशकानंतर वेगवेगळ्या विषयांची नव्याने मांडणी होऊ लागली. त्यामध्ये नागरी अर्थशास्त्र, सांस्कृतिक अर्थशास्त्र, आरोग्याचे अर्थशास्त्र, पर्यावरणाचे अर्थशास्त्र इ. सारखे वेगवेगळे विषय आंतरविद्याशाखा दृष्टिकोनातून मांडण्याची सुरुवात झाली. नव्याने उदयास आलेल्या अर्थशास्त्राच्या या विविध विषयांच्या अभ्यासाला आता आंतरराष्ट्रीय पातळीवर महत्त्व प्राप्त झाले आहे.

जगाची वाढती लोकसंख्या, वाढते औद्योगिकीकरण, त्यामुळे वाढते नागरीकरण, वाढत्या नागरी समस्या, आणि वाढते पर्यावरणीय प्रश्न यांसारख्या अनेक प्रश्नांचा अभ्यास करण्यासाठी आणि त्याचे अर्थशास्त्रीय आधार जाणून घेण्यासाठी नागरी अर्थशास्त्राच्या अभ्यासाला आता महत्त्व प्राप्त झाले आहे. भारतातही विशेषत: जागतिकीकरणाच्या पार्श्वभूमीवर मोठ्याप्रमाणात नागरीकरण होत आहे. त्यामुळे नागरी अर्थशास्त्राच्या अध्ययनास विशेष महत्त्व प्राप्त होत आहे.

अर्थशास्त्राच्या या नव्याने उदयास आलेल्या विषयाची रूपरेषा जाणून घेण्यासाठी नागरी अर्थशास्त्र म्हणजे काय? त्याची ओळख पुढीलप्रमाणे सांगितली जाते.

१.१. नागरी अर्थशास्त्र : संकल्पना व अर्थ (Urban Economics: Concept and Meaning)

अर्थशास्त्र विषयाच्या अभ्यास क्षेत्रातील संशोधनाच्या तुलनेत २०व्या शतकातील नव्याने उदयास आलेल्या नागरी अर्थशास्त्राची वृद्धीच्या दृष्टिकोनातून योग्य अथवा समर्पक अशी संज्ञा करण्यात आलेली नाही. किंबहुना नागरी अर्थशास्त्र हे चांगल्या प्रकारे परिभाषित कले गेलेले आढळून येत नाही. सामान्यत: नागरी अर्थशास्त्र नगरांमध्ये अथवा शहरांमध्ये उद्भवणाऱ्या आर्थिक समस्यांच्या संदर्भात परिभाषित केले जाते. जर असे गृहीत धरले की, शहरातील सर्व आर्थिक क्रियाकलाप हे 'नागरी अर्थशास्त्र' आहे, त्यामुळे या अभ्यासाच्या क्षेत्रामध्ये अविश्वनीय असे प्रमाण आहे.

नागरी अर्थशास्त्राचा अभ्यास नगर अथवा शहर, त्याच्या लोकसंख्येच्या आर्थिक कल्याणावर कसा परिणाम करते याच्याशी निगडीत आहे. म्हणजे, नगरे उत्पादनाचा घटक म्हणून कसे कार्य करतात याची शहानिशा करतात. ही व्याख्या नागरी अर्थशास्त्राचा प्रादेशिक अर्थशास्त्राशी असलेला संबंध देखील स्पष्ट करते.

नागरी अर्थशास्त्र हे नगर किंवा शहर आपल्या रहिवाश्यांच्या लोकसंख्येचे, रोजगाराचे स्तर दिलेले कल्याण कसे वाढवते याचे विश्लेषण करते. नागरी अर्थशास्त्र अभ्यासाचे हे क्षेत्र आर्थिक क्रियाकलापांच्या स्थानातील बदलांवर केंद्रीत आहे आणि काही शहरे व प्रदेश का विस्तारतात किंवा वढतात किंवा काही कमी का होतात? हे स्पष्ट करण्याचा प्रयत्न करते.[१]

नागरी अर्थशास्त्र या विषयाच्या मांडणीचा विस्तार होत असल्याने त्याची निश्चित अशी संज्ञा किंवा व्याख्या करण्यात आल्याचे आढळून येत नाही. परंतु त्याचा अर्थ सर्वसाधारणपणे खालीलप्रमाणे सांगितला जातो.

नागरी अर्थशास्त्र हे अभ्यासाचे एक नवीन क्षेत्र आहे. जरी हे क्षेत्र काही काळासाठी अगदी प्राथमिक स्वरूपात अस्तित्वात असले तरी, शहरांच्या आर्थिक जीवनाशी संबंधित किंवा विलक्षण घटनांसह अर्थशास्त्राच्या अभ्यासकांच्या वाढत्या चिंतेचा हा एक परिणाम आहे. तसेच आर्थिक क्रियाकलापांच्या अवकाशीय परिणामांवर जोर देणाऱ्या प्रादेशिक अर्थशास्त्राच्या विकासामुळे त्याला चालना मिळाली आहे.

---

[1] Urban Economics, by David W. Sasmussen, Harper & Row Publishers, New York, 1973, pg.23

नागरी अर्थशास्त्र हा अर्थशास्त्राचा एक भाग आहे. नागरी अर्थशास्त्र आणि भूगोल हे विषय परस्परसंबंधित आहेत की, जे भौगोलिक किंवा स्थान निवडीचा परिचय करून देते. तसेच नागरी अर्थशास्त्र स्थान निवडींमधील अकार्यक्षमता देखील ओळखते आणि कार्यक्षम निवडींना प्रोत्साहन देण्यासाठी पर्यायी सार्वजनिक धोरणांचे परीक्षण करते.

नागरी अर्थशास्त्र हे अभ्यासाचे एक क्षेत्र आहे जे शहरांच्या किंवा नगरांच्या स्थानिक आणि आर्थिक संघटनेचे स्पष्टीकरण देण्यासाठी आणि त्यांच्या विशेष आर्थिक समस्यांना तोंड देण्यासाठी अर्थशास्त्राच्या विश्लेषणात्मक साधनांचा वापर करते. नागरी अर्थशास्त्र, प्रादेशिक अर्थशास्त्राची उप-श्रेणी, शहरे आणि महानगर क्षेत्र म्हणून ओळखल्या जाणाऱ्या प्रदेशांशी संबंधित आहे. नागरी अर्थशास्त्र हे आर्थिकसंबंध आणि प्रक्रियांवर लक्ष केंद्रित करते जे नागरी आणि प्रादेशिक अर्थव्यवस्थेच्या महत्त्वाच्या स्थानिक वैशिष्ट्यांमध्ये योगदान देतात विशेषत: त्यांचा आकार, स्थिरस्थावर घनता आणि जमीन वापरण्याची रचना आणि नमुना इ. हे नागरी समस्यांचा शोध घेण्यासाठी आणि त्यांचे निराकरण करण्यासाठी उपयुक्त साधने प्रदान करते.

नागरी अर्थशास्त्र ही अर्थशास्त्राची अशी आधुनिक शाखा आहे की, ज्यामध्ये प्रामुख्याने नागरी भागातील आर्थिक पर्यावरणाच्या संदर्भात अभ्यास केला जातो. यामध्ये प्रामुख्याने नगरांचा उदय, त्यांची वृद्धी अथवा वाढ, नगरांची कार्यपद्धती, शिक्षण, सार्वजनिक वाहतूक, गृहनिर्माण आणि स्थानिक सरकारांची वित्तीय व्यवस्था, शासकीय धोरणे याविषयीचा अभ्यास समाविष्ट असतो. नागरी अर्थशास्त्र ही सूक्ष्म अर्थशास्त्राची एक शाखा असून यामध्ये मुख्यत: नागरी स्थानीय रचना आणि निवासी, व्यवसाय, उत्पादन संस्था आणि उद्योगधंदा यांच्या स्थाननिश्चयनाचा अभ्यास केला जातो.

नागरी अर्थशास्त्र म्हणजे उद्योग आणि निवासी स्थान निवडीचा अभ्यास, जागा, वाहतूक खर्च, उत्पादन आणि उपभोग निर्णयांमधील स्थान याच्या आधारावर शहरे आणि नागरी भागांचा अभ्यास होय. हे विविध विषयांचा अभ्यास करते आणि आर्थिक स्पष्टीकरण देते. याशिवाय, नागरी अर्थशास्त्र नागरी समस्या आणि सार्वजनिक धोरणांचे विशेष पैलू शोधण्याचे कार्य करते.

१.२. नागरी अर्थशास्त्राची व्याप्ती (Scope of the Study of Urban Economics)

अर्थशास्त्राची एक उपशाखा म्हणून नागरी अर्थशास्त्र आर्थिक सिद्धांताच्या संपूर्ण पटलावर मांडले जाऊ शकते. नागरी अर्थशास्त्राच्या अभ्यासाची व्याप्ती मोठी व्यापक आहे. त्यामध्ये प्रामुख्याने नागरीकरणाची मूलभूत संकल्पना, नागरीकरणाची पातळी, नागरीकरणाचा दर, नागरीकरणाचे निर्देशक, नागरीकरणाची संख्यात्मक आणि गुणात्मक वैशिष्ट्ये, नागरीकरणाची प्रक्रिया, लोकसंख्येच्या आकारमानानुसार नगरांचे वर्गीकरण, औद्योगिकरण व नागरीकरण यांतील परस्परसंबंध, जागतिक व स्वदेशी पातळीवरील नागरीकरणाचे कल, नागरी वृद्धीचे घटक, स्थलांतर प्रक्रिया, त्याचे निर्धारक, प्रकार, कारणे, परिणाम, स्थलांतराचे सिद्धांत, नागरी वृद्धीत स्थलांतराचे योगदान, नागरी विकास व वृद्धिविषयीचे सिद्धांत, भूमी उपयोजन, नागरी समूहन परिव्यय अनुकुलता, नागरी रोजगार, नागरी दारिद्र्य, नागरीकरणाचा व्यव व लाभ, नागरी मूलभूत भौतिक व सामाजिक संरचना, सार्वजनिक उपयोगिता, नागरी गृहनिर्माण, नागरी वाहतूक, नागरी स्थानिक संस्थांची भूमिका, त्यांचे वित्तीय स्त्रोत, स्वयंसेवी संस्थांची भूमिका, पर्यावरणीय स्थिती इ. घटकांचे स्वरूप, सद्यस्थिती, त्यातील बदल, समस्या, त्यांचे निराकरण व नागरी विकासाशी संबंधित शासकीय धोरणे इ. महत्त्वपूर्ण अंगांचा समावेश होतो. नागरी अर्थशास्त्राच्या व्याप्तीमध्ये पुढील मुद्यांचादेखील समावेश होतो.

अभ्यासाचे एक क्षेत्र म्हणून नागरी अर्थशास्त्र हे शहर व प्रादेशिक नियोजन आणि भूगोल, राज्यशास्त्र आणि समाजशास्त्र यांच्याशी संबंधित आहे. कारण ते शहराशी संबंधित आहे. परंतु सामग्रीशी संबंधीत आणि या क्षेत्रांच्या अनुप्रयोगामध्ये नागरी अर्थशास्त्रासाठी नागरी अभ्यास असा ठोकळ विषयाचा घटक बनण्याऐवजी अर्थशास्त्राची एक उपशाखा म्हणून याविषयाची स्वायत्तता टिकवून ठेवणे अधिक उपयुक्त ठरते.

नागरी अर्थशास्त्र हे गृहनिर्माणाकडे केवळ एक उद्योग म्हणून पाहात नाही तर वेगवेगळ्या ठिकाणी, भिन्न वांशिक पार्श्वभूमी असलेल्या, वेगवेगळ्या ठिकाणी काम करणाऱ्या चांगल्या सार्वजनिक सेवांचा शोध इ. दृष्टिकोनातूनही अभ्यास करते.

नागरी अर्थशास्त्र हा विषय प्रामुख्याने अर्थशास्त्राला नागरांसंबंधीत अभ्यासात आणण्याचा एक प्रयत्न आहे, तर शहराला अर्थशास्त्राच्या अभ्यासात आणण्याचा नाही.

१.३. नागरी अर्थशास्त्र विषयाचे प्रमुख घटक (Components of Urban Economics)

- **नागरी अर्थव्यवस्थेची रचना आणि वाढ** : शहरांच्या वाढीच्या आणि ऱ्हासाच्या संबंधित समस्या या शीर्षकाखाली वर्गीकृत केल्या जातात.
- **आंतरमहानगरीय संस्था आणि बदल** : हे उपक्षेत्र महानगरातील आर्थिक क्रियाकलापांच्या संघटनेच्या दृष्टीने आणि शहरांच्या स्वरूपाची पूनर्स्थापना आणि संसाधनांचे वाटप यादृष्टीने महानगरीय अर्थव्यवस्थेच्या अवकाशीय परिणामावर लक्ष केंद्रित करते.
- **नागरी सार्वजनिक सेवा आणि बदल** : या क्षेत्रामध्ये नागरी सार्वजनिक अर्थव्यवस्थेची चिंता, सार्वजनिक संसाधनांचे कार्यक्षम वाटप, आणि सार्वजनिक आणि खासगी क्षेत्राच्या परस्पर संवादाशी संबंधित समस्यांचे निराकरण करणे समाविष्ट आहे.
- **नागरी मानवी संसाधनांचे अर्थशास्त्र** : यामध्ये नागरी कामगार, बाजारपेठेतील कामगार सेवांचे पुरवठादार म्हणून घरे, आणि अर्थव्यवस्थेच्या अंतिम उत्पादनांचे ग्राहक म्हणून नागरी लोकसंख्या हा गर्भित विषय आहे.
- **प्रादेशिक खाती** : प्रादेशिक आर्थिक विश्लेषणासाठी आवश्यक माहितीच्या प्रवाहाची पद्धतशीर संघटना या मुख्य क्षेत्राचे केंद्रबिंदू आहे. नागरी क्षेत्र हे नागरी अर्थशास्त्राच्या उपयोजनेशी संबंधित एकक आहे.
- **सार्वजनिक सेवा आणि कल्याण** : हा नागरी अर्थशास्त्राचा अत्यंत महत्त्वाचा घटक आहे. हे विशेषत: सुरक्षित पिण्याचे पाणी, स्वच्छता आणि आरोग्य, सार्वजनिक वाहतूक, वीज, अग्निसुरक्षा, सुरक्षा आणि पोलिस, रस्त्यावरील मुलांची काळजी इ. कल्याणकारी उपक्रमांवर लक्ष केंद्रीत करते.

नागरी अर्थशास्त्राचे **इतर घटक** खालीलप्रमाणे.

नगरांच्या विकासातील बाजार शक्ती, नागरी वाढ आणि संरचना : नागरी अर्थशास्त्र हे उद्योग आणि घरांच्या स्थान निश्चितीच्या निर्णयांमुळे नगरांच्या विकासास कारणीभूत ठरते.

जमीनीचा मोबदला आणि जमीनीचा वापर : हे शहरांमधील

क्रियाकलांच्या स्थानिक संघटनेची चर्चा करते. जमीन आणि घरांच्या किंमतींचे निर्धारक, व सार्वजनिक धोरण जमिनींच्या किंमतींवर आणि शहरांमध्ये त्याचा वापर प्रभावित करते. उपनागरीकरण, सरकारी वापर क्षेत्र आणि जमीन वापर नियंत्रणे इ. घटक स्थान निवडीस प्रतिबंधित करतात.

गरिबी आणि गृहनिर्माणाचे स्थानिक पैलू : हे गरिबी आणि गृहनिर्माण समस्यांवर लक्ष केंद्रीत करते. उपनगरातील रोजगाराच्या संधींचा विस्तार करण्यापासून मध्यवर्ती शहरात गरिबी केंद्रीत आहे. प्रत्येक सरकारी गृहनिर्माण धोरण हे प्रत्येक कुटुंबासाठी चांगली घरे आणि योग्य वातावरण प्रदान करणे यासाठी असते.

नागरी कामगार आणि आर्थिक बाजार : नागरी श्रमिक बाजार जेथे मजुरांची मागणी आणि पुरवठा मजुरीचे दर ठरविते. नागरी वृद्धी आणि विकासामुळे रोजगाराच्या संधी वाढतात. सामान्यत: नागरी मजुरीचे दर ग्रामीण मजुरीच्या दरांपेक्षा अधिक असतात. त्यामुळे मजुरांचे ग्रामीण भागातून नागरी भागात स्थलांतर होते. वित्तीय बाजार कर्जपात्र निधी/क्रेडिटसाठी पुरवठा आणि मागणी यांच्याशी व्यवहार करतात. बँका आणि वित्तीय संस्था, शेअर बाजार इ. आर्थिक बाजारपेठ निर्माण करतात जे शहरी भागात आढळतात. शहरी भागाच्या वृद्धीमध्ये आणि विकासामध्ये वित्तीय बाजारपेठा अतिशय महत्त्वाची भूमिका पार पाडतात.

स्थानिक सरकारी खर्च आणि कर : स्थानिक सरकारद्वारा वाहतूक व्यवस्था, शिक्षण आणि गुन्हेगारी संरक्षणासह विविध प्रकारच्या वस्तू आणि सेवा प्रदान केल्या जातात. तर स्थानिक कर आणि सरकारी खर्च विषयक धोरणे स्थान निवडीवर परिणाम करतात.

अशा सर्व प्रकारच्या वेगवेगळ्या घटकांचा अभ्यास नागरी अर्थशास्त्र या विषयामध्ये केला जातो.

१.४ नागरी अर्थशास्त्राची वैशिष्ट्ये (Features of Urban Economics)

नागरी अर्थशास्त्राची सर्वसाधारण वैशिष्ट्ये खालीलप्रमाणे.

नागरी अर्थशास्त्र याविषयाचा अभ्यास हा शास्त्रीय पद्धतीने केला जातो - नागरी अर्थशास्त्राचा अभ्यास करण्यासाठी विशिष्ट पद्धतीचा वापर करण्यात येतो. आर्थिक घटकांविषयी वस्तुनिष्ठ माहिती संकलित केली जाते. त्यास तथ्य संकलन असे देखील म्हटले जाते. त्या माहितीचे संश्लेषण, विश्लेषण, आणि

वर्गीकरण केले जाते. त्यानुसार आर्थिक अंदाज अथवा तर्क किंवा गृहीतक मांडले जाते. त्याची योग्य ती चाचणी करून त्याची स्वीकार्हता तपासली जाते आणि त्याचे सामान्यीकरण करून त्यास सामान्य नियमाचे अथवा सिद्धांचे रूप दिले जाते. तसेच त्याचे स्पष्टीकरण दिले जाते. अशा तऱ्हेने विशिष्ट अभ्यास पद्धती ही नागरी अर्थशास्त्र विषयाचा अभ्यास करण्यासाठी वापरली जाते.

नागरी अर्थशास्त्र हे एक अनुभवाधिष्ठित अभ्यास क्षेत्र/शाखा आहे - नागरी अर्थशास्त्रातील नियम, सिद्धांत, संकल्पना, दृष्टिकोन इ.ची मांडणी ही नागरी क्षेत्रातील सामाजिक व आर्थिक निरीक्षण, अनुभव इ.च्या आधारे केली जाते. त्यामुळे नागरी अर्थशास्त्र हे अनुभवाधिष्ठित क्षेत्र तथा विद्याशाखा आहे असे म्हटले जाते.

नागरी अर्थशास्त्र हे तथ्यात्मक किंवा वस्तुनिष्ठ विद्याशाखा आहे - नागरी समाजाचे आर्थिक व्यवहार, तेथील उद्योग-व्यवसाय, नागरी विकासाचे धोरण, समस्या, उपाययोजना अशा वेगवेगळ्या घटकांचा तथ्यात्मक म्हणजे माहिती संकलित करून, त्याचे विश्लेषण करून निष्कर्ष मांडले जातात. त्यामुळे नागरी अर्थशास्त्र हे तथ्यात्मक किंवा वस्तुनिष्ठ विद्याशाखा आहे असे आढळून येते.

नागरी अर्थशास्त्र आणि पूर्वानुमान किंवा अंदाज - इतर शास्त्रांप्रमाणे राष्ट्रीय, स्थानिक व आंतरराष्ट्रीय परिस्थिती, धोरणे यांचा नागरी समाजावर, नागरी आर्थिक जीवनावर काय परिणाम होऊ शकतील याचा पूर्वानुमान किंवा अंदाज वर्तविता येतो. परंतु नागरी अर्थशास्त्र हे एक सामाजिक शास्त्र आहे आणि त्याचे पूर्वानुमान हे नेहमी अचूक ठरतातच असे म्हणता येत नाही.

नागरी अर्थशास्त्र हे एक आंतर्विद्याशाखा व बहुविद्याशाखा अभ्यासक्षेत्र आहे - नागरी अर्थशास्त्र या विषयाचा अभ्यास हा आंतर्विद्याशाखा व बहुविद्याशाखा दृष्टिकोनातून केला जातो. त्यामध्ये नागरी समाज, नागरी उद्योग-व्यवसाय, नागरी विकासाचे धोरण, नागरी भौगोलिक परिस्थिती, नागरी पर्यावरण इ.चा अभ्यास केला जातो.

१.५ नागरी अर्थशास्त्राच्या विकासातील तंत्रज्ञानाची भूमिका (Role of Technology in the Development of Urban Economics)

नगरांच्या वाढीबरोबर नागरी आर्थिक विकासात तंत्रज्ञानाची भूमिका अत्यंत

महत्त्वाची ठरत आहे. वाहतूक व्यवस्थेपासून ते दळणवळण तंत्रज्ञान नागरी भागातील लोकांच्या जगण्याच्या, कामाच्या आणि संवाद साधण्याच्या पद्धतीमध्ये बदल घडवून आणत आहे. काहींसाठी तंत्रज्ञान हे विकास व्यवस्थापित करण्यासाठी आणि जीवनाचा दर्जा उंचावण्यासाठी एक प्रमुख साधन आहे, तर काही जणांना काळजी वाटते की, त्यामुळे विद्यमान परिस्थितीत सामाजिक आणि आर्थिक विषमता वाढू शकते.

नागरी आर्थिक विकासातील तंत्रज्ञानाची भूमिका पाहताना पुढील काही मुद्दे विचारात घेण्यासारखे आहेत.

वाहतूक - नागरी भागात तंत्रज्ञानामुळे बदलत गेलेले सर्वात दृश्यमान म्हणजे वाहतूक होय. व्यावसायिक कार, रिक्षा, बस, मेट्रो, आणि लिफ्टसारख्या सहभागी (शेअरींग) सेवा लोकांसाठी स्वत:कडे वाहन न बाळगता फिरणे सोपे करत आहेत. तर विद्युत तंत्रज्ञानावरील मोटारसायकल, स्कूटर, कार इ.सारखी वाहने पर्यावरणपूरक वाहतुकीचे पर्याय करून देण्यात तंत्रज्ञानाची मोठी भूमिका आहे. स्वयंचलित कार (self driving car & trucks) आणि ट्रक देखील मालाची वाहतूक आणि वितरण करण्याच्या पद्धती बदलण्यासाठी तयार आहेत.

दळणवळण - तंत्रज्ञानामुळे नागरी भागातील लोकांना संवाद साधण्याच्या आणि एकमेकांशी संपर्क साधाण्याच्या पद्धतीतही बदल घडून येत आहेत. मोबाईल फोन आधारीत समाज माध्यमांसारखे मंच लोकांना मित्र आणि कुटुंबाशी जोडलेले राहण्यास मदत करू लागले आहेत. तसेच आपले कार्यक्रम आयोजित करण्यासाठी एक व्यासपीठही तंत्रज्ञान प्रदान करते आहे. अगदी जवळचे उपहारगृह शोधण्यापासून ते रहदारी व हवामानाविचषयी प्रत्यक्ष समयाधारीत अद्ययावत माहिती मिळवण्याचा स्त्रोत तंत्रज्ञानामुळे नागरी लोकांना उपलब्ध झाले आहे.

पायाभूत सुविधा - तंत्रज्ञानामुळे शहरांना महत्त्वपूर्ण पायाभूत सुविधा तयार करण्यात आणि त्यांची देखभाल करण्यासही मदत होऊ लागली आहे. उदा. रस्ते आणि पुलांच्या बांधणीमध्ये आत बसविलेले (एम्बेड केलेले) संवेदक (सेंसर) झीज आणि झीजची झाल्याची चिन्हे शोधू शकतात, जे सक्रिय देखभाल आणि दुरुस्तीसाठी परवानगी देतात. स्मार्ट ग्रिड आणि इतर ऊर्जा व्यवस्थापन प्रणाली शहरांना ऊर्जा वापर कमी करण्यास आणि कार्यक्षमता सुधारण्यास मदत करू शकतात. प्रगत जल उपचार प्रणाली शहरांना त्यांचे जलस्त्रोत अधिक प्रभावीपणे व्यवस्थापित करण्यास मदत करू शकते.

विषमता - तंत्रज्ञानामध्ये शहरांमधील लोकांच्या जीवनमानाचा दर्जा उंचावण्याची क्षमता असली तरी ते विद्यमान सामाजिक आणि आर्थिक विषमता देखील वाढवू शकते. उदा. प्रत्येकास समान उच्चवेग आंतरजाल जोडणी (High Speed Internet Connection) उपलब्ध होईलच असे नाही. जे डिजिटल अर्थव्यवस्थेमध्ये सहभागी होण्याची त्यांची क्षमता मर्यादित करू शकते. तंत्रज्ञान महागड्या शहरांमध्ये राहण्याचा खर्च देखील वाढवू शकतात ज्यामुळे कमी उत्पन्न असलेल्या नागरी रहिवाशांना परवडणारी घरे उपलब्ध होणे कठीण जाते.

जसजशी शहरे वाढत आहेत आणि विकसित होत आहेत, तसतसे शहरी जीवनाचे भविष्य घडविण्यात तंत्रज्ञान काय भूमिका पार पाडू शकते याचा विचार करणे आजरोजी महत्त्वाचे आहे. संभाव्य फायदे आणि संभाव्य जोखीम या दोन्ही गोष्टी समजून घेऊन आम्ही हे सुनिश्चित करण्यासाठी कार्य करू शकतो की, तंत्रज्ञानाचा वापर केवळ काही निवडकच नव्हे तर व्यापक तथा सर्व रहिवाशांच्या जीवनाचा दर्जा सुधारण्यासाठी केला जाईल.

१.६ नागरी क्षेत्राची वृद्धी : ऐतिहासिक दृष्टिकोन (Growth of Urban Areas : Historical Perspective)

नगरांचा उदय व विकास किंवा वाढ समजण्यासाठी नगरांच्या ऐतिहासिक पार्श्वभूमीचा अभ्यास करणे आवश्यक आहे. तथापि नगरांचा उदय नेमका कधी झाला याचा कालावधी निश्चित करणे कठीण आहे. **रॉबर्ट बिअरस्टेड** यांनी त्यांच्या The Social Order या ग्रंथात नमूद केले आहे की, नगरांचा उदय हा सुमारे ७ ते ८ हजार वर्षांपूर्वी झालेला असावा. मानवाने शेतीशिवाय इतर व्यवसाय शोधनू काढल्यानंतर नगरांचा उदय झाला असावा. दगडी कोळसा व लोखंड यांचा उपयोग, वाहतूक साधने व विविध यंत्रे व तंत्रे यांचा शोध व वापर इ. घटकांमुळे नगरांचा उदय होण्यास चालना मिळाली. म्हणजेच मानवी सभ्यसतेच्या उदयाबरोबरच नगरांचा उदय झालेला असावा असे म्हणता येऊ शकते.

जगातील बहुतेक नगरे ही त्यांच्या सुरुवातीच्या अवस्थेत गाव किंवा खेडी म्हणूनच वसलेली होती. यासंदर्भात **लुईस ममफोर्ड** आपल्या 'Culture of Cities' या ग्रंथात म्हणतात की, ''नगरे ही प्रथम खेडी म्हणून विकसित झाली. त्यामध्ये मोठ्या राज्यांच्या राजधान्यांचा समावेश होता. परंतु पाषाण युगात कशाप्रकारे खेडी ही नगरात रूपांतरीत झाली याचा ठोस पुरावा आपणाकडे नाही.''

जगातील बहुसंख्य लोक हे प्रदीर्घकाळापर्यंत खेड्यातच राहात होते. इ.स.पूर्व १८०० पर्यंत जगात फारच थोडी शहरे होती. प्राचीन वा प्रारंभीच्याकाळातील नगरांचा शोध अद्याप मानवी इतिहासास लागलेला नाही.

प्राचीनकाळातील नगरे : एच.सी.वेल्स यांच्या मते, मेसोपोटेमियातील 'अर' हे सर्वात प्राचीन (इ.स.पूर्व ३५००) नगर आहे. या नगराच्या अवशेषावरून तेथे अनेक मजली घरे, मातीचे मनोरे, मंदिरे, शाळा, कालवे, बंदरे इ. गोष्टी असल्याचे अनुमान केले जाते. मेसोपोटेमियाची नगर रचना, शैली ही पूर्वेस इराण, उत्तरेस मेसिडोनिया, पश्चिमेस रोमपर्यंत पसरली होती. प्राचीन नगरांमध्ये इ.स.पूर्व ३००० च्या सुमारास अस्तित्वात असलेले बॅबिलोन हे एक महत्त्वाचे शहर होते. त्याची नगर रचना ही चौरसाकृती होती. त्याच्या भोवती संरक्षक तटबंदी व पाण्याचे खंदक होते. त्याच्या मध्यातून युफ्राटीस नदी वाहात असल्याने शहराचे दोन भाग पडलेले होते.

प्राचीन इजिप्तची नगरेदेखील अत्यंत भव्य होती. ग्रीकांनी अनेक खेडी वसविलेली होती. पुढे अर्थात्पोदन व संरक्षण या उद्देशाने जमीनदार, जहागीरदार, व्यापारी इ. एकत्र येऊन अनेक खेड्यांचे नगरात रूपांतर झाले. काही खेडी आकाराने वाढत जाऊन नगरे बनली. एकमेकांजवळ खेडी एकत्र येऊन नगरराज्ये निर्माण झाली. अर्थात नगरराज्ये ही लहान म्हणजे सुमारे १० हजारापेक्षा कमी लोकसंख्येची होती. 'अथेन्स' हे शहर मात्र १ ते १.५ लाख लोकसंख्येचे शहर होते. ऑलिंपिया, डेल्फॉय, कॉस इ. ग्रीक नगरे प्रसिद्ध होती. रोमन लोकांची प्राचीन नगरेही उल्लेखनीय होती.

भारतातील प्राचीन नगरांपैकी सिंधू संस्कृतीच्याकाळातील (इ.स.पूर्व २५०० ते १७००) हराप्पा व मोहेंजोदारो ही नगरे उल्लेखनीय होती. या नगरांची रचना अत्यंत नियोजबद्ध होती. पक्क्या विटांची दुमजली-तीनमजली घरे, सरळ रस्ते, बंदिस्त गटारे, भव्य व सुंदर स्नानगृहे इत्यादींनी युक्त अशी ही नगरे होती. त्यानंतर प्राचीनकाळात धार्मिकदृष्ट्या महत्त्वपूर्ण अशी काशी, हरिद्वार, द्वारका, मथुरा इ.नगरे उभारण्यात आली होती. मौर्यकाळात पाटलीपुत्र, वैशाली, उज्जयीन इ. तर गुप्तकाळात मथुरा, प्रयाग, काशी, नालंदा, गया, कनोज इ. नगरे विकसित झाली होती.

मध्ययुगीन नगरे : लुईस ममफोर्ड यांच्या मते, मध्ययुगीन नगरांच्या उदय व विकासामागे सरंजामदार वर्गाची भूमिका महत्त्वाची होती. सरंजामदारांनी आपले

उत्पन्न वाढविण्यासाठी नगरांच्या विकासाला प्रोत्साहन दिले. तसेच नवीन केंद्रे ही स्थापन केली. यातूनच राजधानी शहर (कॅपिटल सिटी) हा नवीन नगराचा प्रकार उदयास आला.

आधुनिककाळातील नगरे : औद्योगिक क्रांतीनंतर नगरांचा विकास, विस्तार व वाढ जलद गतीने घडून आला. सुरुवातीस मोठमोठे कारखाने, उद्योगधंदे हे शहरात किंवा शहराजवळ सुरू झाले. त्यामुळे कारखान्यांभोवती लोकवस्ती केंद्रित झाली. पुढे मोटार, रेल्वे अशी जलद गतीची वाहने व टपाल, तारयंत्र, दूरध्वनी अशी संदेशवहन साधने उदयास आली. त्यांचा वापर वाढत गेला आणि कारखान्यांपासून दूर अंतरावर वस्ती करणे शक्य झाले. यासर्व गोष्टींचा परिणाम म्हणून जुन्या शहरांचा विस्तार होत गेला. तर काही नवीन शहरे उदयास आली. शहरांची/नगरांची संख्या वाढली. भारतात स्वातंत्र्योत्तरकाळात टाटानगर, भिलाई, बोकारो, दुर्गापूर अशी औद्योगिक नगरेही उदयास आली.

समारोप

स्वातंत्र्योत्तरकाळात भारतातील आर्थिक विकासाच्या प्रक्रियेमध्ये उद्योगधंद्याच्या वाढीबरोबरच देशातील नागरीकरणामध्ये मोठी वाढ झालेली दिसून येते. विशेषत: २०व्या शतकाच्या शेवटच्या दशकातील जागतिकीकरण, उदारीकरण याधोरणांमुळे भारतातील आर्थिक विकासाला मोठी चालना मिळाली आणि २१व्या शतकात देशातील नागरीकरणाची गती अधिक गतीशील झाली. परंतु त्याचबरोबर वाढत्या नागरीकरणामुळे नागरी समस्या देखील वाढल्या आहेत. नगर नियोजनावर मोठा ताण पडतो आहे. नगरांमध्ये उपलब्ध असणाऱ्या साधनसुचितेवर खूप मोठा ताण आहे. त्यामुळे वाहतूक कोंडी, प्रदूषण, वेळेचा अपव्यय, अशांतता अशाप्रकारच्या वेगवेगळ्या समस्या निर्माण झाल्या आहेत. परंतु नागरी सेवासुविधा, नागरी जीवनमान सुधारणा यांसारख्या कार्यांसाठी नागरी अर्थशास्त्राचा यथोचित अभ्यास करणे आवश्यक व महत्त्वाचे आहे.

२

नागरी वृद्धी व नागरीकरण

(Urban Growth & Urbanisation)

प्रस्तावना

नगर तथा शहर आणि शहरांची वाढ ही आधुनिककाळात मोठ्याप्रमाणात घडून येणारी प्रक्रिया असली तरीही, नगर आणि नागरीकरण तथा नागरी वृद्धी ही इतिहासाच्या सर्वच कालखंडात घडून आलेली प्रक्रिया असल्याचे आढळून येते. अगदी प्राचीनकाळापासून भारतात व जगात इतरही प्रगत संस्कृतींमध्ये नगरांची रचना आणि वाढ झालेली आढळून येते. मानवी संस्कृतीच्या वाटचालीत शेतीच्या विकासाबरोबर नागरीकरणाला सुरुवात झाली. नाईल, सिंधु, टेगरीस, युफराटीस यांसारख्या सुपीक नदींच्या खोऱ्यात सर्वप्रथम नगराची भरभराट झाली. भारतात सुमारे साडेपाच हजार वर्षांपूर्वी मोहेंजोदारो आणि हडप्पा ही शहरे सिंधू नदीच्या खोऱ्यात होती. त्याचबरोबर भारतातील प्राचीनकाळातील नागरीकरणाचा दुसरा महत्त्वाचा टप्पा इ.स.पूर्व ६००च्या सुमारास सुरू झाला असे म्हटले जाते.

परंतु औद्योगिकक्रांती पश्चात नागरीकरणाच्या प्रक्रियेला खूप मोठी गती प्राप्त झाली आणि नगरांची मोठ्याप्रमाणात वाढ म्हणजेच वृद्धी झाली. परंतु त्याचबरोबर नागरी वृद्धी आणि नागरीकरणाच्या काही समस्यासुद्धा निर्माण झाल्या. यानागरी समस्या, त्यांची कारणे, त्यांचे परिणाम आणि त्यावरील उपाययोजना यांचा अभ्यास हा नागरी अर्थशास्त्राचा विषय तर आहेच परंतु त्याचबरोबर नागरी जीवन गतिमान राहण्यासाठी नागर नियोजन आणि नागरी सोयीसुविधा यांची आखणी, अंमलबजावणी व त्यासाठी लागणारी आर्थिक तरतूद इ. सारखे विषयही नागरी

अर्थशास्त्राच्या अभ्यासातील महत्त्वाचे घटक आहेत. अशा व्यापक दृष्टिकोनातून नागरी अर्थशास्त्राचा अभ्यास करताना नागरी वृद्धी आणि नागरीकरण याविषयीचा आढावा आणि विश्लेषण याप्रकरणात खालीलप्रमाणे केले आहे.

२.१ नागरी वृद्धी व नागरीकरणाची प्रक्रिया (Urban Growth and Process of Urbanisation)

नागरी वृद्धी आणि नागरीकरण या दोन्ही संकल्पना परस्परसंबंधीत आहेत. नागरी वृद्धी म्हणजे नागरी भागातील लोकसंख्या आणि भौगोलिक क्षेत्रामध्ये वाढ होणे होय. या नागरी वृद्धीचे स्त्रोत म्हणजे आर्थिक संधी, पायाभूत सुविधांचा विकास आणि स्थलांतरासारखे महत्त्वपूर्ण घटक होय. तर **नागरीकरण** ही लोकसंख्येच्या एकाग्रतेची (Agglomeration) प्रक्रिया आहे. व्यापक अर्थाने **नागरीकरणाची प्रक्रिया** स्पष्ट करताना या प्रक्रियेच्या खालील तीन पैलूंचा विचार महत्त्वाचा आहे.

- लोकसंख्यात्मक आणि अवकाशीय पैलू
- आर्थिक पैलू आणि
- सामाजिक-सांस्कृतिक पैलू

नागरीकरणाचा लोकसंख्यात्मक तथा अवकाशीय पैलू हा लोकांचे ग्रामीण भागाकडून नागरी भागाकडे स्थलांतर, नागरी भागातील लोकसंख्येची घनता, आणि जमिनीच्या वापरातील बदल यासंबंधित आहे. तर नागरीकरणाचा आर्थिक पैलू हा कृषी व्यवसायाकडून अकृषक व्यवसायाकडे होणाऱ्या बदलांशी संबंधित आहे. त्याचबरोबर नागरीकरणाचा सामाजिक-सांस्कृतिक पैलू हा नागरी भागातील उदयोन्मुख विषमता यावर प्रकाश टाकतो. सर्वसाधारणपणे शहरे ही मानवी वंश आणि संस्कृती यांच्या एकत्रित येण्याचा केंद्रबिंदू आहे.

सरळ अर्थाने, नागरीकरण हे ग्रामीण भागाकडून नागरी समाजाकडे स्थलांतर आहे आणि त्यात एका विशिष्ट वर्षात नागरी भागातील लोकसंख्येत वाढ होते. नागरीकरण हा सामाजिक, आर्थिक आणि राजकीय घडामोडींचा परिणाम आहे, ज्यामुळे नागरी एकाग्रता आणि मोठ्या शहरांची वाढ, जमिनीच्या वापरात बदल आणि संस्था आणि प्रशासनाच्या ग्रामीण भागातून महानगरात बदल होतो. नागरीकरण ही लोकसंख्येच्या एकाग्रतेची प्रक्रिया आहे.

नागरीकरणाच्या काही **व्याख्या व अर्थ** खालीलप्रमाणे.

[२]''नागरीकरण म्हणजे मुख्यत: नागरी जीवनाशी संबंधित आर्थिक संधींच्या शोधात लोकांच्या ग्रामीण जमिनीपासून दूर, शहरे आणि शहरांमध्ये लोकसंख्येची हालचाल/स्थलांतर, यामध्ये कदाचित अंशत: नैसर्गिक लोकसंख्या वाढीद्वारे नागरीकरण आढळून येते.''

''नागरीकरण ही एक अशी प्रक्रिया आहे की, ज्याद्वारे लोकसंख्येचा वाढता मोठा भाग नागरी भागात राहतो.''

''नागरीकरण म्हणजे नगरांमध्ये लोकसंख्येचे केंद्रीकरण होय. नागरीकरण समाजात लोकसंख्येचे पुनर्वितरण करते आणि सामाजिक जीवनाचे अनेक आरखडे बदलतात.''

सामाजिक विचारवंत रॉबर्ट रेडफिल्ड आणि मिल्टन सिंगर (१९५४) यांनी नागरीकरणाच्या दोन प्रक्रिया सांगितल्या आहेत. त्या म्हणजे प्राथमिक आणि दुय्यम प्रक्रिया. प्राथमिक नागरीकरण यामध्ये मोहेंजोदारो सिंधू खोरे, इजिप्त, रोम आणि मेसोपोटेमिया या प्राचीन संस्कृतीच्या महान परंपरांच्या विकासाद्वारे वैशिष्ट्यीकृत नागरीकरण आहे. या प्राथमिक नागरीकरणाचे उद्दिष्ट समन्वय साधणे आहे.

तर राजकीय, आर्थिक, शैक्षणिक, बौद्धिक आणि सौंदर्यविषयक क्रियाकलाप अशा महान परंपरेने प्रदान केलेल्या मानकांनुसार नागरीकरणाची दुय्यम प्रक्रिया नगरांच्या औद्योगिक टप्प्यात दिसून येते. स्थलांतर, व्यापार आणि व्यापारातील वाढते क्रियाकलाप आणि नगरांमध्ये उत्पादन कारखान्यांची स्थापना आणि औपचारिक नियामक आणि प्रशासकीय संस्था आणि संस्थांच्या प्रभावामुळे समाजाचे नवीन स्वरूप निर्माण झाले आहे जे सहजपणे विषमता आणि पारंपरिक मूल्ये आणि आदर्शांच्या बदलांद्वारे वैशिष्ट्यीकृत आहे. या सांस्कृतिक परिवर्तनाची व्याख्या दुय्यम नागरीकरण म्हणून केली जाते. त्यामुळे महान परंपरेपासून विघटन घडून येते. या दोन्ही प्रक्रिया शहरांमध्ये सांस्कृतिक परिवर्तन घडवून आणतात.

दुय्यम नागरीकरण हे नैसर्गिकदृष्ट्या परजीवी म्हणून पाहिले जाते. कारण त्यामुळे वसाहतवाद, भांडवलशाही, महत्त्वाच्या संसाधनांचा ऱ्हास आणि सामाजिक संबंध, नातेसंबंध आणि सामाजिक नियमनांचा ऱ्हास होतो. नागरीकरण म्हणजे

---

[2] Urban Economics, by K.P. Ajeshbabu, School of Distance Education, University of Calicut, Malappuram, Kerala, 2019

सांस्कृतिक आणि सामाजिक मनोवैज्ञानिक प्रक्रिया ज्याद्वारे लोक भौतिक आणि अभौतिक संस्कृती प्राप्त करतात, ज्यामध्ये वर्तणुकीचे स्वरूप, संस्थेचे स्वरूप आणि शहरांमध्ये उद्भवलेल्या किंवा विशिष्ट कल्पना समाविष्ट असतात.

नागरीकरण प्रक्रिया मुख्यत: बाजार शक्ती आणि सरकारी धोरणांद्वारे चालविली जाते ज्यामुळे जीवनमान, जमीन वापर, आरोग्य आणि पाणी, माती आणि जंगलांसह नैसर्गिक संसाधनांचे व्यवस्थापन आणि स्थानिक प्रशासनामध्ये अनेकदा प्रतिक्रियात्मक बदल घडून येतात.

नागरी वृद्धी व नागरीकरण या संकल्पनांचा अर्थ समजून घेत असताना भारतातील नागरी क्षेत्र अर्थात नगर किंवा शहर म्हणजे काय? याचा अर्थ पुढीलप्रमाणे पाहूत. भारतातील जनगणना २०११ नुसार, **नगर तथा शहर याचा अर्थ व निकष** खालीलप्रमाणे.

- नगरपालिका, महानगरपालिका, कटक मंडळ/छावणी मंडळ (कॅन्टोनमेंट बोर्ड) किंवा अधिसूचित शहर क्षेत्र समिती इ. असलेली सर्व ठिकाणे. [३]इतर सर्व ठिकाणे ज्यांनी खालील निकष पूर्ण केले आहेत.
- किमान ५ हजार लोकसंख्या;
- कमीत कमी ७५ टक्के मुख्य कार्यरत पुरुष लोकसंख्या बिगर कृषी व्यवसायात गुंतलेली आहे; आणि
- लोकसंख्येची घनता किमान ४०० व्यक्ती प्रती चौ.कि.मी.(चौरस किलोमीटर)

नागरीकरणाच्या वरील निकषांनुसार, नागरी एककांची पहिली श्रेणी वैधानिक शहरे म्हणून ओळखली जाते. ही शहरे संबंधित राज्य/केंद्रशासित प्रदेश सरकारद्वारे कायद्यानुसार अधिसूचित केली जातात. महानगरपालिका, नगरपालिका, नगरपरिषद समित्या, व इतर समित्या इ. स्थानिक संस्था आहेत.

शहरांची दुसरी श्रेणी (वरील निकष २ प्रमाणे) जनसंख्या/लोकसंख्या नगर (census town) म्हणून ओळखली जाते. २००१ च्या जनगणनेच्या माहितीनुसार हे नागरीकरण ओळखले गेले आहे.

भारतातील नागरी वृद्धीचा कल खालीलप्रमाणे.

---

[3] Census of India 2011, Rural Urban Distribution of Population, Registrar General & Census Commissioner, India, Ministry of Home Affairs, New Delhi, 15th July 2011

तक्ता क्र. २.१ भारतातील नगरी वर्गीकरणानुसार नगरांची संख्यात्मक वृद्धी

शहरे/नगरे	जनगणना वर्ष	नगरांची संख्या	वृद्धी
एकूण नगरे	२००१-२०११	५१६१७९३५	२७७४
वैधानिक नगरे	२००१-२०११	३७९९४०४१	२४२
लोकसंख्या नगरे	२००१-२०११	१३६२३८९७	२५३२

(स्रोत - Census of India 2011, Rural Urban Distribution of Population, Registrar General & Census Commissioner, India, Ministry of Home Affairs, New Delhi, 15th July 2011)

वरील तक्त्यानुसार भारतातील नागरीकरण आणि नागरी वृद्धी यांची संख्यात्मक प्रगती लक्षात येते. वर्ष २००१ च्या तुलनेत भारतातील एकूण नगरांची संख्या २७७४ ने वाढली आहे. त्यामध्ये अधिक वाढ ही लोकसंख्या/जनगणना शहरांची झालेली आहे. म्हणजेच स्थलांतर आणि नैसर्गिक लोकसंख्या वाढ यामुळे या नगरांची/शहरांची संख्या वाढलेली आढळून येते.

२.२. नागरी वृद्धीचे अर्थशास्त्र (Economics of Urban Growth)

नागरी वृद्धी आणि तिच्या क्रियाकलापांचा अभ्यास करणे म्हणजेच नागरी वृद्धीच्या अर्थशास्त्राचा अभ्यास करणे होय. या नागरी वृद्धीच्या अर्थशास्त्राचे घटक खालीलप्रमाणे आहेत.

पायाभूत सुविधा : नागरीकरणामुळे वाहतूक, पाणी आणि स्वच्छता, ऊर्जा आणि सार्वजनिक सेवांसह पायाभूत सुविधांबाबत महत्त्वाच्या मागण्या आहेत. शहरांमधील लोकसंख्या वाढीमुळे विद्यमान पायाभूत सुविधांवर मोठा ताण आहे ज्यामुळे गर्दी, अपुऱ्या सेवा आणि पर्यावरणाचा ऱ्हास होतो. आर्थिक विकासाला पाठिंबा देण्यासाठी आणि शहरी भागातील जीवनमान सुधारण्यासाठी मजबूत आणि टिकाऊ पायाभूत सुविधांमध्ये गुंतवणूक करणे आवश्यक आहे.

रोजगार : चांगल्या आर्थिक संधींच्या शोधात शहरे लोकांना आकर्षित करतात. शहरीकरणामुळे उत्पादन आणि सेवा ते तंत्रज्ञान आणि वित्त अशा विविध क्षेत्रांमध्ये नोकऱ्या निर्माण होतात. तथापि, त्यामुळे बेरोजगारी, अल्प बेरोजगारी

आणि अनौपचारिक श्रमिक बाजार यासारखी आव्हाने देखील आहेत. या समस्यांचे निराकरण करण्यासाठी कौशल्य विकास, उद्योजकता आणि सर्वजनिक वाढीला प्रोत्साहन देणारी धोरणे आवश्यक आहेत.

गृहनिर्माण : शहरांमध्ये लोकांचा झपाट्याने वाढणारा ओघ/स्थलांतर अनेकदा घरांची कमतरता आणि परवडणारी घरे आव्हाने ठरतात. जमिनी तथा मालमत्तांच्या किंमती वाढतात. त्यामुळे कमी उत्पन्न असलेल्या कुटुंबांना पुरेशा घरांमध्ये प्रवेश मिळणे कठीण होते. धोरणकर्त्यांनी परवडणाऱ्या गृहनिर्माण उपक्रमांना प्राधान्य दिले पाहिजे. ज्यामध्ये सामाजिक गृहनिर्माण कार्यक्रम आणि निवासी, व्यावसायिक आणि हरित क्षेत्र संतुलित करणारे शहरी नियोजन यांचा समावेश होतो.

निरंतरता : शहरीकरणाचा पर्यावरणावर मोठा परिणाम होतो. शहरे मोठ्या प्रमाणात संसाधनांचा वापर करतात. त्यामुळे कचरा व प्रदूषण निर्माण होते आणि हवामान बदलावर परिणाम घडून येतो. निरंतर शहरी विकास पद्धती जसे की, ऊर्जा कार्यक्षमता, हरित पायाभूत सुविधा आणि सार्वजनिक वाहतूक यांना प्रोत्साहन देणे, अक्षय ऊर्जा आणि निरंतर तंत्रज्ञानामध्ये आर्थिक संधी निर्माण करताना शहरीकरणाचा पर्यावरणीय प्रभाव कमी करू शकतात.

नागरी आर्थिक वाढ ही शहरी सकल घरेलू उत्पादनातील (GDP च्या) वाढीच्या दराने मोजली जाते. देशांतर्गत निव्वळ उत्पादन (NDP) हे घटक खर्चाचा अंदाज आणि राष्ट्रीय स्तरावर त्याचे ग्रामीण आणि शहरी विभाजन आहे, ते फक्त १९७०-७१, १९८०-८१, १९९३-९४, १९९९-२००० आणि २००४-०५ या वर्षांसाठी उपलब्ध होते. त्यामुळे शहरी आर्थिक वाढ राष्ट्रीय स्तरावर मोजली जाते आणि वर्णन केली जाते.

भारतातील मोठ्या शहरांमधील कंपन्या उत्पादन आणि प्रक्रिया नवकल्पना सादर करतात आणि लहान शहरांमधील त्यांच्या समकक्षांपेक्षा अधिक वेळा संशोधन आणि विकास करतात.

भारतातील नियतकालिक श्रमबल सर्वेक्षण २०१८-१९ चे विश्लेषण असे दर्शविते की, वय, लिंग, शैक्षणिक प्राप्ती, कामगार प्रकार (म्हणजे नियमित विरुद्ध तात्पुरता), उद्योग आणि रोजगाराचा व्यवसाय, पूर्णवेळ वेतन आणि शहरांमधील पगारदार कामगार यावर नियंत्रण ठेवल्यानंतरही २०११ मध्ये १.५ दशलक्ष किंवा त्याहून अधिक रहिवाशांसह सरासरी लहान शहरांमधील मासिक कमाई त्यांच्या

समकक्षांपेक्षा (आणि ग्रामीण भागातील समकक्षांपेक्षा सुमारे ३६% हून अधिक) १६% जास्त होती.

उत्पादन आणि आधुनिक सेवा म्हणजे आर्थिक गतिशीलतेसाठी महत्त्वपूर्ण सक्षम क्षेत्रे, मोठ्या शहरांमध्ये रोजगाराचा मोठा वाटा आहेत. म्हणजे लहान शहरांसाठी ३८ टक्के आणि ग्रामीण भागांसाठी १८ टक्केच्या तुलनेत ४८ टक्के, ५ मोठ्या शहरांमध्ये लहान शहरांच्या तुनलनेत (९१.२% विरुद्ध ७८.८%) वतनश्रेणी आणि मोठ्या शहरांमधील पगारदार कामगारांमध्ये नियमित कामगारांचा वाटा अधिक असतो.

२.३. नागरीकरणाची कारणे (Causes of Urbanisation)

जलद आर्थिक विकासासाठी जगातील अनेक राष्ट्रांनी औद्योगिकीकरणाचा मार्ग स्वीकारलेला आहे. तसेच जागतिकीकरणामुळे आंतरराष्ट्रीय व्यापारामध्ये देखील अनेक देशात मोठ्याप्रमाणात वाढ झालेली आहे. त्यामुळे जागतिक पातळीवर २१व्या शतकात मोठ्याप्रमाणात नागरीकरणामध्ये वाढ झालेली आढळून येते. भारतामध्ये विशेषत: स्वातंत्र्योत्तरकाळात मोठ्याप्रमाणात नागरीकरण घडून येत आहे. या नागरीकरणाची सर्वसाधारण कारणे खालीलप्रमाणे आहेत.

औद्योगिकीकरण – औद्योगिकीकरण हा परंपरागत कृषी अर्थव्यवस्थेतून अकृषक अर्थव्यवस्थेकडे बदल घडवून आणणारा कल आहे. ज्यामुळे आधुनिक समाजाची निर्मिती होते. औद्योगिक क्रांतीमुळे, रोजगाराच्या सुधारित संधींमुळे अधिकाधिक लोक ग्रामीण भागातून नागरी भागात जाण्यासाठी आकर्षित झाले आहेत. त्यामुळे नागरीकरणात सतत्याने वाढ होत आहे.

व्यापारीकरण – नागरीकरणात वाणिज्य आणि व्यापाराचा वाटा मोठा आहे. आधुनिक युगातील वस्तू आणि सेवांचे वितरण आणि व्यावसायिक व्यवहारांनी आधुनिक विपणन संस्था आणि देवाणघेवाण पद्धती विकसित केल्या आहेत ज्यामुळे शहरे आणि शहरांच्या वाढीस मोठ्याप्रमाणात मदत झाली. ग्रामीण भागाच्या तुलनेत शहरे उत्तम व्यवसायिक संधी आणि परतावा देतात या सामान्य धारणेसह व्यापारीकरण आणि व्यापार यामुळे नागरीकरणात वाढ झाली आहे.

सामाजिक लाभ आणि सेवा – नगरे आणि शहरांमधील जीवनाचे अनेक सामाजिक फायदे आहेत उदा. उत्तम आरोग्य सेवा, उत्तम स्वच्छता आणि गृहनिर्माण, उत्तम राहणीमान, उत्तम शैक्षणिक सुविधा, उत्तम मनोरंजन सुविधा आणि

सर्वसाधारणपणे चांगले सामाजिक जीवन यांचा समावेश होतो. अशा चांगल्या बाबींमुळे ग्रामीण भागात अनुपलब्ध असलेले विविध प्रकारचे सामाजिक लाभ आणि सेवा मिळविण्यासाठी अधिकाधिक लोकांन नागरी भागात आणि शहरांमध्ये स्थलांतर करण्यास प्रवृत्त केले जाते.

रोजगाराच्या संधी - नगरे आणि शहरांमध्ये, रोजगाराच्या भरपूर संधी उपलब्ध होतात, त्या ग्रामीण भागातील लोकांना चांगल्या उपजिविकेसाठी सतत आकर्षित करत असतात. म्हणूनच बहुसंख्य लोक चांगल्या उत्पन्नाच्या व्यवसायांमध्ये काम करण्यासाठी नागरी भागात स्थलांतर करतात. तसेच सेवा आणि उद्योग उच्च मूल्यवर्धित नोकऱ्या निर्माण करतात आणि वाढतात त्यामुळे रोजगाराच्या अधिक संधी निर्माण होतात.

आधुनिकीकरण आणि राहणीमानात बदल - नागरीकरणाच्या प्रक्रियेत आधुनिकीकरणाची भूमिका मोठी महत्त्वाची आहे. अत्याधुनिक दळणवळण, पायाभूत सुविधा, वैद्यकीय सुविधा, प्रबोधन, उदारीकरण आणि इतर सामाजिक सुविधांच्या उपलब्धतेसह नागरी भाग अधिक तंत्रज्ञान जाणकार बनल्यामुळे, लोकांचा विश्वास आहे की ते शहरांमध्ये आनंदी जीवन जगू शकतात. नागरी भागात लोक राहण्याच्या पद्धतींमध्ये बदल स्वीकारतात जसे की निवासी सवयी, वृत्ती, पेहराव, अन्न आणि श्रद्धा इ. परिणामी लोक नगरांकडे स्थलांतरित होतात आणि दिवसेंदिवस वाढणारी लोकसंख्या समाविष्ट करून शहरे वाढत आहेत.

ग्रामीण-नगरी परिवर्तन - खनिजांच्या शोधामुळे, संसाधनांचे शोषण किंवा कृषी क्रियाकलापांमुळे परिसर अधिक फलदायी आणि समृद्ध होत असताना, ग्रामीण भागांचे नागरीकरणात रूपांतर झाल्यामुळे नगरे उदयास येऊ लागतात. उत्पादकता वाढल्याने आर्थिक वृद्धी आणि उच्च मूल्यवर्धित रोजगार संधी निर्माण होतात.

शेतीतील बदल - शेतीमध्ये यांत्रिकीकरण घडून येत आहे. त्यासाठी लागणारी आधुनिक अवजारे, खते, बी-बियाणे, किटकनाशके इ.चा मोठ्याप्रमाणात वापर होऊ लागला आहे. त्यामुळे शेतीवर अवलंबून असणारे शेतकरी व मंजूर इतर कामाच्या शोधासाठी नागरी भागाकडे स्थलांतर करत आहेत.

राजकीय घटक - राजकीय किंवा प्रशासकीय सोयीसुविधांमुळे काही शहरांची वाढ होते. राजधानी, उपराजधानी, शासकीय कार्यालये, न्यायालये इ. असलेल्या ठिकाणी जलद नागरीकरण घडून येते.

शैक्षणिक केंद्र - एखाद्या ठिकाणी उच्च शिक्षणाचे केंद्र स्थापन झाले तर तेथे जलद नागरीकरण घडून येते. शैक्षणिक केंद्र म्हणून ऑक्सफर्ड, एडिनबर्ग, हॉवर्ड, तसेच भारतात पुणे, काशी, अलिगढ इ. शहरे विकसित झालेली आढळून येतात.

सुरक्षितता - यामध्ये राजकीय, आर्थिक आणि सामाजिक सुरक्षितता याचा समावेश होतो. ज्या ठिकाणी अशा सुरक्षिततेच्या सुविधा उपलब्ध आहेत तेथे व्यापारी, भांडवलदार, कामगार इ. राहण्यास प्राधान्य देतात. त्यामुळे तेथे नागरीकरण घडून येते.

धार्मिक क्षेत्र - धार्मिकदृष्ट्या महत्त्व प्राप्त असलेल्या ठिकाणी लोक मोठ्याप्रमाणात स्थलांतर करतात. त्यामुळे त्याठिकाणी शहरीकरण होते. भारतात अशी शहरे आढळून येतात उदा. वाराणसी, गया, मथुरा, आयोध्या, तिरुपती, पंढरपूर, नाशिक इ.

पर्यटन केंद्र - पर्यटन ठिकाणी आवश्यक सोयीसुविधा पुरविणारे व्यापारी, विक्रेते, वाहतूकदार, भोजनालये, निवास व्यवस्था विकसित होऊन पर्यटन व्यवसायाचा विकास झाल्याने नागरीकरण घडून येते. उदा. आगरा, महाबळेश्वर, मैसूर, उटी इ.

२.४ नागरीकरणाच्या पूर्वशर्ती अर्थात नागरीकरणाच्या प्रक्रियेचे घटक (Prerequisites of Urbanisation - Factors initiating the Urbanisation Process)

तुलनात्मक खर्चाचा फायदा - उत्पादन घटकांद्वारे आणि विशेषत: औद्योगिक स्थान निर्णयांच्या एकत्रित अंमलबजावणीद्वारे म्हणजे औद्योगिकीकरणाद्वारे एकदा समाजातील आर्थिक क्रियाकलापांनी विशिष्ट उद्योगात त्यांच्या तुलनात्मक खर्चाचा फायदा घेण्यास सुरुवात केली की निर्यात मागणीद्वारे समर्थित उत्पादन वाढेल आणि त्यामुळे रोजगाराच्या संधी आणि श्रमशक्तीचा आकार वाढेल, आणि शहरीकरण प्रक्रिया त्या मार्गावर आहे..

अंतर्गत बाजारपेठेतील मागणीत वाढ - शहरीकरणाला चालना देणारा दुसरा वर्ग अंतर्गत मागणीशी संबंधित आहे. समाजातील लोकसंख्या आणि उत्पन्न वाढ स्थानिक मागणी निर्माण करू शकते, ज्यामुळे स्थानिक उत्पादन वाढीला चालना मिळेल. अशाप्रकारे स्थानिक घरगुती क्षेत्र लोकसंख्या वाढीद्वारे (मुख्यत: स्वायत्त

स्थलांतरामुळे) आणि वाढीव उत्पन्नाद्वारे शहरीकरण सुरू करू शकते.

राष्ट्रीय दृष्टिकोन -निर्यात मागणी आणि अंतर्गत बाजारपेठेतील मागणी वाढीच्या परिस्थितीत तुलनात्मक खर्चाचे फायदे केवळ ग्रामीण समुदायाचे नागरी समुदायात रूपांतर स्पष्ट करण्यात मदत करू शकत नाहीत. ते संपूर्ण प्रदेश किंवा राष्ट्राच्या नागरीकरणावर देखील प्रकाश टाकतात. ग्रामीण भागातून नागरी भागात स्थलांतरामुळे देशाचे नागरीकरण अधिक वाढले आहे.

नागरी वृद्धी, नागरीकरणाची प्रक्रिया आणि नागरीकरणाची कारणे यांच्या अभ्यासाबरोबरच नागरीकरणाचे वर्गीकरण, नागरीकरणाची प्रवृत्ती तथा कल, नागरीकरणाच्या विविध घटकांनुसार त्याची प्रवृत्ती इ.चा विश्लेषणात्मक अभ्यास करण्याच्यादृष्टिने खालील मुद्यांचे सांख्यिकीय विश्लेषण महत्त्वाचे आहे.

२.५. नागरी भागांचे लोकसंख्या, भौगोलिक आणि अर्थिक निकषांच्या आधारे वर्गीकरण (Classification of Urban areas by demographic, geographical and economic criteria)

नागरी भागांचे वर्गीकरणाचा अभ्यास करण्याच्यादृष्टिने नागरी भाग कशास म्हणावयाचे? त्याची माहिती वरील मुद्या २.१ मध्ये नगर अथवा शहर याचा अर्थ व निकष यामध्ये दिली आहे. तर भारतातील नागरी क्षेत्रांचे लोकसंख्येनुसार वर्गीकरणाचे निकष खालील तक्त्यामध्ये दिले आहे.

तक्ता क्र.२.२. भारतातील नागरी क्षेत्रांचे लोकसंख्येनुसार वर्गीकरण

लोकसंख्या	नागरी क्षेत्राचा वर्ग
१ लाख व त्यापेक्षा अधिक	१
५० हजार ते १ लाखपेक्षा कमी	२
२० हजार ते ५० हजारहून कमी	३
१० हजार ते २० हजारपेक्षा कमी	४
५ हजार ते १० हजारहून कमी	५
५ हजारपेक्षा कमी	६

(स्त्रोत - Indian Economy, V.K. Puri & S.K. Misra, 32nd revised edition, Himalaya Publishing House, Mumbai, 2014, pg. 133)

भारतातील २०११च्या जनगणनेनुसार एकूण लोकसंख्या १२१ कोटी १ लाख ९३ हजार ४२२ (१२१,०१,९३,४२२) इतकी होती. त्यापैकी नागरी लोकसंख्येचे प्रमाण ३७ कोटी ७१ लाख ५ हजार ७६० (३७,७१,०५,७६०) इतके होते. ही नागरी लोकसंख्या भारतातील एकूण लोकसंख्येच्या ३१.२ टक्के इतकी होती.[४] भारतामध्ये २००१ साली एकूण ५,१६१ शहरे आणि नगरांची संख्या होती. त्यापैकी वैधानिक शहरांची संख्या ३,७९९ आणि लोकसंख्या किंवा जनसंख्या शहरांची (सेन्सेक्स सिटी) संख्या १,३६२ इतकी होती. तर महानगरे (१ दशलक्ष व अधिक लोकसंख्या) संख्या ३५ इतकी होती. त्यामध्ये वृद्धी होऊन २०११ साली भारतामध्ये एकूण शहरांची संख्या ७,९३५ इतकी झाली. त्यामध्ये वैधानिक शहरांची संख्या ४,०४१, लोकसंख्या शहरांची संख्या ३,८९४, आणि महानगरांची संख्या ५३ इतकी झाली.

भारतातील लोकसंख्येच्या आकारानुसार शहरांचे वर्गीकरण जे तक्ता क्र.२.२. मध्ये दिले आहे त्या वर्गीकरणानुसार भारतातील नागरी वृद्धीचा तथा नागरीकरणाचा म्हणजे नगरांच्या संख्यात्मक वाढीचा कल तथा प्रवृत्ती विश्लेषण खालीलप्रमाणे.

तक्ता क्र.२.३. भारतातील नागरी वृद्धी/नागरीकरणाचा कल

जनगणना वर्ष	वरील तक्ता २.२. मधील वर्गीकरणानुसार शहरांची संख्या					
	१	२	३	४	५	६
१९५१	७६	९१	३२७	६०८	१,१२४	५६९
१९६१	१०२	१२९	४३७	७१९	७११	१७२
१९७१	१४८	१७३	५५८	८२७	६२३	१४७
१९८१	२१८	२७०	७४३	१,०५९	७५८	२५३
१९९१	३००	३४५	९४७	१,१६७	७४०	१९७
२००१	३९३	४०१	१,१५१	१,३४४	८८८	१९१

[4] Census of India 2011

[5] Housing Stock, Amenities & Assets in Slums – Census 2011, Registrar General & Census Commissioner, India, www.censusindia.gov.in

(स्त्रोत - Urbanisation in India, Research Paper – European Population Conference 21-24 June, 2006, submitted by Pranati Datta, Population Studies Unit – Indian Statistical Institute, Kolkata)

वरील तक्त्यावरून असे लक्षात येते की, स्वातंत्र्योत्तरकाळात भारतातील वर्ग क्र. १ ते ४ वर्गीकृती शहरांच्या संख्येत मोठ्याप्रमाणात वाढ झाली आहे. तर वर्ग क्र.५ आणि ६ मधील शहरांच्या संख्येत मात्र घट झाली आहे. म्हणजे वर्ग ५ आणि ६ मधील शहरातील लोसंख्येच्या प्रमाणात वाढ होऊन त्यांचे वर्गीकरण बदलत गेले आहे. त्यामुळे भारतातील नागरीकरणामध्ये जलद गतीने वाढ होत असल्याचे निष्कर्षास येते.

भारतातील या नागरीकरणाची स्थिती किंवा प्रमाण वेगवेगळ्या निकषांनुसार सर्वत्र सारखे आहे असे नाही तर त्यात फरक आढळून येतो. २०११ च्या जनगणनेनुसार दक्षिण भारतामध्ये खूप मोठ्याप्रमाणात नागरीकरण घडून येत आहे. तामिळनाडू राज्यात ४८.५ टक्के लोकसंख्या नागरी भागात राहते, तर केरळमध्ये ३८.६ टक्के लोकसंख्या नागरी भागात राहते. आंध्रप्रदेशमध्ये ३३.५ टक्के लोकसंख्या नागरी भागात राहते. तसेच पश्चिम भारतातील महाराष्ट्र आणि गुजरात राज्यातही अनुक्रमे ४५.२ टक्के आणि ४२.६ टक्के लोकसंख्या नागरी भागात राहते. लोकसंख्या निकषानुसार आणि भौगोलिक क्षेत्रानुसार नागरी लोकसंख्येबाबत प्रथम ३ राज्ये म्हणजे महाराष्ट्र ५०.८ दशलक्ष लोकसंख्या, उत्तरप्रदेश ४५.२ दशलक्ष लोकसंख्या आणि तामिळनाडू ३४.९ दशलक्ष लोकसंख्या नागरी भागात राहते. भौगोलिक निकषानुसार म्हणजे वय वर्षे १५ ते २४ गटातील लोकसंख्येचे स्थलांतर होय. तर आर्थिक निकषानुसार म्हणजे नागरी भागात स्थलांतर करणारे लोकांमध्ये सर्वाधिक गरीब, भूमिहीन, आणि अकुशल लोक कामाच्या संधी मिळवण्यासाठी नागरी भागात स्थलांतर करतात.

२.६. भारतातील नागरी लोकसंख्या : आकार आणि लिंग (Urban Population in India : Size and Sex)

नागरी लोकसंख्या आकार : स्वातंत्र्योत्तरकाळात भारतातील लोकसंख्येत मोठ्याप्रमाणात वाढ झाली त्यामुळे लोकसंख्येचा अकार वाढला आहे. त्याचबरोबर वाढते नागरीकरण अर्थात नागरी लोकसंख्येतही झपाट्याने वाढ झाली आहे त्यामुळे नागरी लोकसंख्येचा आकारसुद्धा वाढला आहे. भारतातील या वाढत्या नागरी

लोकसंख्येच्या आकाराचा कल अथवा प्रवृत्ती विश्लेषण खालीलप्रमाणे.

तक्ता क्र. २.४. भारतातील नागरी लोकसंख्येच्या अकाराची प्रवृत्ती/कल

(लोकसंख्या दशलक्ष)

जनगणना वर्ष	नागरी लोकसंख्या
१९६१	७८.९४
१९७१	१०९.११
१९८१	१५९.४६
१९९१	२१७.१८
२००१	२८६.१२
२०११	३७७.१

(स्रोत -Urbanisation in India: Trend, Pattern and Policy Issues, by R.B. Bhagat, International Institute for Population Sciences, Deonar, Mumbai, May 2018, pg.7)

वरील तक्ता क्र.२.४. वरून भारतातील नागरी लोकसंख्येच्या आकारात मोठी वाढ झाल्याचे दिसून येते.

तक्ता क्र. २.५. भारतातील नागरी लोकसंख्या वृद्धीचा दर

जनगणना वर्ष	नागरी लोकसंख्या (टक्के)
१९५१	१७.६
१९६१	१८.३
१९७१	२०.२
१९८१	२३.७
१९९१	२५.८
२००१	२७.७८
२०११	३१.२

(स्रोत -लोकसंख्याशास्त्र, ले. डॉ. अविनाश कुलकर्णी, डायमंड पब्लिकेशन्स, पुणे, २०१९)

आलेख क्र. २.१. भारतातील नागरी लोकसंख्येच्या आकार वृद्धी दरातील प्रवृत्ती/कल

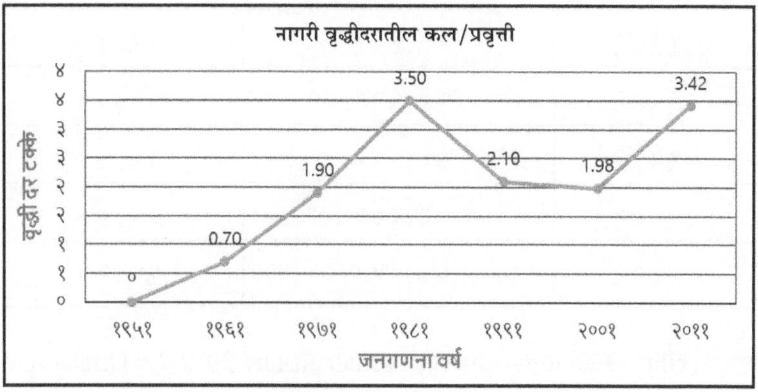

(स्रोत - तक्ता क्र. २.५)

भारतातील नागरी लोकसंख्येचा आकार आणि त्याचा वृद्धी दर पाहता असे दिसून येते की, नागरी लाकसंख्येचा एकूण आकार म्हणजे लोकसंख्या सातत्याने वाढत आहे. परंतु नागरी लोकसंख्या वृद्धी दरामध्ये १९९१ व २००१ मध्ये घसरण झालेली आढळून येते. असे असले तरी एकंदरीत नागरीकरणात मोठ्याप्रमाणात वाढ होत असल्याचे स्पष्टपणे दिसून येते.

महाराष्ट्रातील नागरीकरणाची प्रक्रिया - भारतातील नागरी लोकसंख्येचा आकार सतत वाढत आहे. विशेषतः महाराष्ट्रात खूप मोठ्याप्रमाणात नागरीकरण घडून येत आहे. महाराष्ट्रातील मुंबई, पुणे, नाशिक, नागपूर, आणि इतर शहरांच्या आकारामध्ये सतत वाढ होत आहे. महाराष्ट्रातील नागरी लोकसंख्येच्या आकार वाढीची प्रवृत्ती तथा कल विश्लेषण खालीलप्रमाणे.

तक्ता क्र. २.६. महाराष्ट्रातील नागरी लोकसंख्येचा आकार

(लोकसंख्या ०००)

जनगणना वर्ष	नागरी लोकसंख्या (०००)	लोकसंख्या (टक्के)
१९६१	११,१६३	२८.२
१९७१	१५,७११	३१.२
१९८१	२१,९९३	३५
१९९१	३०,५४२	३८.७
२००१	४१,१०१	४२.४
२०११	५०,८१८	४५.२

(स्रोत – Economic Survey of Maharashtra 2022-23, Directorate of Economics and Statistics, Govt. of Maharashtra, Mumbai, pg.3)

आलेख क्र.२.२. महाराष्ट्रातील नागरी लोकसंख्या वृद्धी दरातील प्रवृत्ती/कल

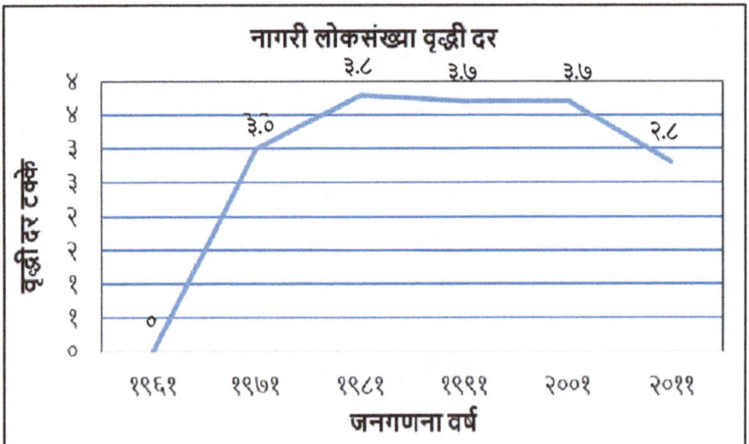

(स्रोत तक्ता क्र. २.६.)

जनगणना २०११ नुसार महाराष्ट्रातील एकूण लोकसंख्येपैकी ४५ टक्क्यांहून अधिक लोकसंख्या शहरी भागात राहते. या नागरी लोकसंख्येच्या आकारात सातत्याने वाढ झालेली असली तरी त्या वाढीचा दर २०११ च्या जनगणनेनुसार कमी झाला असल्याचे दिसून येत.

लैंगिक वर्गीकरणानुसार नागरी लोकसंख्येचा आकार - स्वातंत्र्योत्तरकाळात भारतातील लोकसंख्यावाढी बरोबरच देशातील पुरुष आणि स्त्री म्हणजे लोकसंख्येच्या लैंगिक रचनेत तफावत आढळून येऊ लागली होती. पुरुष लोकसंख्येच्या तुलनेत स्त्री लोकसंख्येचे प्रमाण काही अपवाद वगळता सातत्याने घटलेले असल्याचे दिसून येते. तसेच ग्रामीण नागरी स्थलांतर आणि नागरी भागातील घरांची समस्या यामुळे नागरी भागात लोकसंख्येच्या या लैंगिक रचनेत मोठा फरक दिसून येतो. त्याचे विश्लेषण खालीलप्रमाणे.

भारतातील आणि महाराष्ट्रातील ज्या भागातून रोजगारासाठी मोठ्या शहरांमध्ये स्थलांतर घडून आले त्यामध्ये पुरुष लोकसंख्येचे प्रमाण खूप मोठे आहे. त्यामुळे ज्या भागातून असे स्थलांतर घडून आले व ज्या नागरी भागात स्थलांतर घडून आले तेथे या लैंगिक रचनेत मोठी तफावत दिसून येते. उदा. मुंबईमध्ये महाराष्ट्रातील इतर जिल्ह्यांच्या तुलनेत लैंगिक रचनेत मोठी तफावत आहे, तर रत्नागिरी व सिंधुदुर्ग जिल्ह्यांमध्ये पुरुषांपेक्षा स्त्रीयांची लोकसंख्या अधिक असल्याचे दिसून येते. तसेच भारतातील उत्तरप्रदेश, बिहार, बंगाल इत्यादी सारख्या राज्यातून रोजगारासाठी स्थलांतर करणाऱ्यांमध्ये पुरुष लोकसंख्येचे प्रमाण खूप मोठे आहे त्यामुळे नागरी लोकसंख्येच्या लैंगिक रचनेत व आकारात मोठा फरक आढळून येतो.

तक्ता क्र. २.७. भारतातील नागरी लोकसंख्येची लैंगिक रचना/वर्गीकरण

जनगणना	वर्षनागरी लोकसंख्या (दशलक्ष)			लैंगिक दर
	स्त्री	पुरुष	एकूण	
१९५१	२८.८७	३३.५७	६२.४४	८६०
१९६१	३६.१५	४२.७९	७८.९४	८४५
१९७१	५०३८	५८.७३	१०९.११	८५८
१९८१	७४.५९	८४.८७	१५९.४६	८७९
१९९१	१०२.६५	११४.९४	२१७.५६	८९३
२००१	१३५.५७	१५०.५५	२८६.१२	९००
२०११	१८१.६२	१९५.४९	३७७.११	९२९

(स्त्रोत - https://www.mospi.gov.in)

आलेख क्र. २.३. भारतातील नागरी लोकसंख्येतील लैंगिक दर (दर हजार पुरुषांमागे स्त्री प्रमाण)

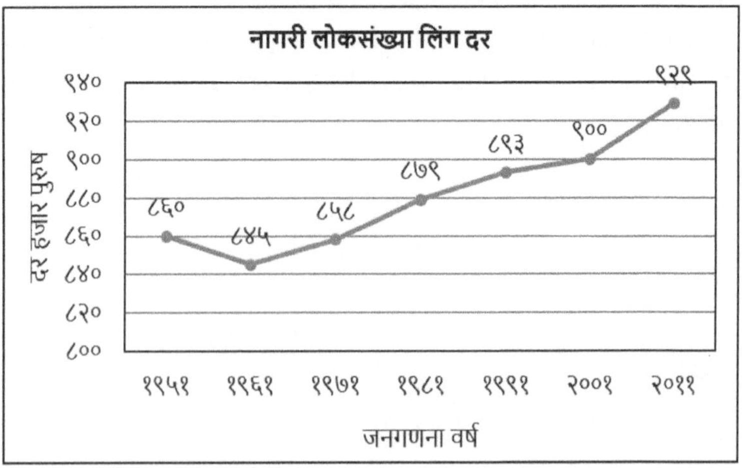

(स्त्रोत - तक्ता क्र. २.७)

भारतातील नागरी लोकसंख्येतील लिंगदर म्हणजे लोकसंख्येतील दर हजारी पुरुष लोकसंख्येमागे स्त्री लोकसंख्येचे प्रमाण होय आणि हे प्रमाण १९७१ पासून सतत वाढत असले तरी हा लैंगिक दर सतत्याने विषम राहिला असल्याचे आढळून येते.

२.७ भारतातील नागरी लोकसंख्येची घनता (Density of Population in India)

नागरीकरण आणि नागरी वृद्धीचा अभ्यास करताना नागरी भागातील लोकसंख्येची घनता विचारात घेऊन त्याचे विश्लेषण करणे अत्यंत महत्त्वाचे आहे ते विश्लेषण पुढीलप्रमाणे.

लोकसंख्येची घनता संकल्पना व अर्थ : लोकसंख्येची घनता ही प्रति चौरस किलोमीटरमध्ये राहणाऱ्या व्यक्तींची संख्या म्हणून परिभाषित केली जाते. हा लोकसंख्येचा एक महत्त्वाचा निर्देशक आहे जो लोकसंख्येची विशिष्ट क्षेत्रातील एकाग्रता (Agglomeration) दर्शवितो. लोकसंख्येची घनता हे एखाद्या शहरातील, वसाहतीतील, राज्यातील अथवा देशातील लोकसंख्येचे वितरण मोजण्यासाठी वापरले जाणारे एक प्रमाण आहे. लोकसंख्या घनता म्हणजे जमिनीच्या एका चौरस कि.मी. क्षेत्रफळावर राहणाऱ्या लोकांची सरासरी संख्या होय. सर्वसाधारणपणे अधिक लोकसंख्या घनतेच्या ठिकाणी दाटीवाटीची वस्ती तर कमी लोकसंख्येच्या घनतेच्या ठिकाणी विरळ वस्ती असते.

भारतातील २०११ च्या जनगणनेनुसार, भारतातील लोकसंख्येची घनता सरासरी ३८२ व्यक्ती प्रति चौ.कि.मी. आहे. जी २००१ मध्ये सरासरी प्रति चौरस कि.मी. ३२५ व्यक्ती इतकी होती. त्यातील नागरी लोकसंख्येची घनता व त्याचे प्रवृत्ती/कल विश्लेषण खालीलप्रमाणे.

तक्ता क्र. २.८. भारतातील प्रमुख शहरातील लोकसंख्येची घनता

(लोकसंख्या घनता सूत्र = जनगणना २०११ ÷ क्षेत्र प्र.चौ.कि.मी.)

	राजधानी शहर जनगणना वर्ष	क्षेत्र प्रति चौ.कि.मी.	लोकसंख्या			घनता
			१९९१	२००१	२०११	२०११
	भारत	३१,६६,६२०	८४,६३,८७,८८८	१०२,८७,३७,४३६	१२१,०८,५४,९७७	३८२
१	दिल्ली	१,४८३	९४,२०,६४४	१,३८,५०,५०७	१,६७,८७,९४१	११,३२०
२	चंदीगड केंद्रशासित	११४	६,४२,०१५	९,००,६३५	१०,५५,४५०	९२५८
३	पुद्दुचेरी	४९०	८,०७,७८५	९,७४,३४५	१२,४७,९५३	२,५४७
४	कवरती	३०	५१,७०७	६०,६५०	६४,४७३	२,१४९
५	पटणा	९४,१६३	६,४५,३०,५५४	८,२९,९८,५०९	१०,४०,९९,४५२	११०६
६	कोलकता	८८,७५२	६,८०,७७,९६५	८,०१,७६,१९७	९,१२,७६,११५	१०२८
७	दमण	६०२	२,४०,०६३	३,७८,६९४	५,८६,९५६	९७५
८	थिरुवनंतपुरम	३८,८५२	२,९०,९८,५१८	३,१८,४१,३७४	३,३४,०६,०६१	८६०
९	लखनौ	२,४०,९२८	१३,११,९८,८०४	१६,६१,९७,९२१	१९,९८,१२,३४१	८२९
१०	चंदीगड हरियाणा	४४,२१२	१,६४,६३,६४८	२,११,४४,५६४	२,५३,५१,४६२	५७३

११	चैन्नई	१,३०,०६०	५,५८,५८,९४६	६,२४,०५,६७९	७,२१,४७,०३०	५५५
१२	चंदीगड पंजाब	५०,३६२	२,०२,८१,९६९	२,५३,५८,९९९	२,७७,४३,३३८	५५१
१३	रांची	७९,७१६	२,१८,४३,९११	२,६९,४५,८२९	३,२९,८८,१३४	४१४
१४	दिसपूर	७८,४३८	२,२४,१४,३२२	२,६६,५५,५२८	३,१२,०५,५८६	३९८
१५	पणजी	३,७०२	११,६९,७९३	१३,४७,६६८	१४,५८,५४५	३९४
१६	मुंबई	३,०७,७१३	७,८९,३७,१८७	९,६८,७८,६२७	११,२३,७४,३३३	३६५
१७	आगरतळा	१०,४८६	२७,५७,२०५	३१,९९,२०३	३६,७३,९१७	३५०
१८	बेंगळुरू	१,९१,७९१	४,४९,७७,२०१	५,२८,५०,५६२	६,१०,९५,२९७	३१९
१९	हैदराबाद	१,१२,०७७	२,६०,८९,०७४	३,०८,१२,९३८	३,५०,०३,६७४	३१२
२०	गांधीनगर	१,९६,२४४	४,१३,०९,५८२	५,०६,७१,०१७	६,०४,३९,६९२	३०८
२१	अमरावती	१,६२,९७०	४,०४,१९,०३४	५,५३,९७,०६९	४,९५,७७,१०३	३०४
२२	श्रीनगर	४२,२४१	७६,५६,०००	९१,०७,१६१	१,२२,६७,०१३	२९०
२३	भुबनेश्वर	१,५५,७०७	३,१६,५९,७३६	३,६८,०४,६६०	४,१९,७४,२१८	२७०
२४	भोपाळ	३,०८,२५२	४,८५,६६,२४२	६,०३,४८,०२३	७,२६,२६,८०९	२३६

२५	जयपूर	३,४२,२३९	४,४०,०५,९९०	५,६५,०७,१८८	६,८५,४८,४३७	२००
२६	रायपूर	१,३५,१९२	१,७६,१४,९२८	२,०८,३३,८०३	२,५५,४५,१९८	१८९
२७	डेहराडून	५३,४८३	७१,१३,४७३	८४,८९,३४९	१,००,८६,२९२	१८९
२८	शिलाँग	२२,४२९	१७,७४,७७८	२३,१८,८२२	२९,६६,८८९	१३२
२९	इम्फाळ	२२,३२७	१८,३७,१४९	२२,९३,८९६	२८,५५,७९४	१२८
३०	शिमला	५५,६७३	५१,७०,८७७	६०,७७,९००	६८,६४,६०२	१२३
३१	कोहिमा	१६,५७९	१२,०९,५४६	१९,९०,०३६	१९,७८,५०२	११९
३२	गंगटोक	७,०९६	४,०६,४५७	५,४०,८५१	६,१०,५७७	८६
३३	अैझावल	२१,०८१	६,८९,७५६	८,८८,५७३	१०,९७,२०६	५२
३४	पोर्टब्लेअर	८,२४९	२,८०,६६१	३,५६,१५२	३,८०,५८१	४६
३५	इटानगर	८३,७४३	८,६४,५५८	१०,९७,९६८	१३,८३,७२७	१७
३६	लेह	५९,१४६	१,७९,४००	२,३६,५३९	२,७४,२८९	५

(स्त्रोत - https://www.citypopulation.de/en/india/cities/ access dt 06/12/2024)

वरीलप्रमाणे भारतातील नागरी लोकसंख्येची घनता पाहता असे दिसून येते की, देशाची राजधानी शहर म्हणजे दिल्ली शहराची लोकसंख्येची घनता सर्वाधिक आहे, तर लेह या लडाख येथील शहरी लोकसंख्येची घनता सर्वात कमी आहे. महाराष्ट्रातील मुंबईची लोकसंख्या घनता प्रति चौ.कि.मी. ३६५ इतकी आहे. तर जवळपास देशातील सर्वच शहरांच्या लोकसंख्येत वाढ झालेली दिसून येते. तसेच मुंबईपेक्षा मध्यप्रदेशातील भोपाळ आणि राजस्थानमधील जयपूर या शहरांचे क्षेत्रफळ अधिक असून तेथील लोकसंख्येची घनता कमी आहे.

२.८ भारतातील नागरी व्यावसायिक संरचना (Occupational Structure in Urban India)

नागरी भागातील बहुसंख्य लोकसंख्या ही कृषीतर व्यवसायात गुंतलेली असते. जवळपास ७५ टक्के लोकसंख्येचा व्यवसाय कृषी व्यतिरिक्त असतो. त्यामध्ये औद्योगिक क्षेत्र, सेवा व्यवसाय अशा वेगवेगळ्या क्षेत्रांचा समावेश होतो. परंतु अशा वेगवेगळ्या क्षेत्रात कार्यरत असलेल्या लोकसंख्येचे विश्लेषण करण्यासाठी योग्य ती संख्यात्मक माहिती उपलब्ध होणे आवश्यक आहे. अशा माहिती अभावी नागरी व्यावसायिक रचनेचे संख्यात्मक विश्लेषण करण्याऐवजी त्यातील बदलांचा आढावा पुढीलप्रमाणे दिला आहे.

भारतामध्ये २०व्या शतकात नागरी व्यावसायिक संरचनेत लक्षणीय बदल घडून आले आहेत. विशेषत: १९९० च्या दशकात सुरुवातीस लागू करण्यात आलेल्या आर्थिक उदारीकरण, खासगीकरण, आणि जागतिकीकरण धोरणांमुळे नागरी लोसंख्येच्या व्यावसायिक संरचनेत मोठे बदल घडून आले आहेत. उदारीकरणानंतरच्या काळातील व्यावसायिक रचनेतील बदलांचा अभ्यास करण्यासाठी प्रथम नागरी भागातील पारंपरिक व्यावसायिक रचना पुढीलप्रमाणे लक्षात घेणे महत्त्वाचे आहे.

पारंपारिक व्यवसाय – ऐतिहासिकदृष्ट्या, भारताच्या नागरी व्यावसायिक संरचनेत शेती, लघू-उत्पादन, व्यापार आणि सेवा यांसारख्या पारंपरिक व्यवसायांचे वर्चस्व होते. अनेक नागरी रहिवासी पिढ्यानपिढ्या पार पडलेल्या व्यवसायांमध्ये गुंतलेले होते. बहुतेकदा ते जात किंवा समुदाय आधारित व्यावसायिक भूमिकांशी जोडलेले होते.

सार्वजनिक क्षेत्रातील रोजगार – उदारीकरणपूर्वीच्या काळात सार्वजनिक

क्षेत्रातील रोजगाराने भारताच्या नागरी व्यावसायिक रचनेत महत्त्वपूर्ण भूमिका बजावली. प्रशासकीय पदे, सार्वजनिक उपयोगिता आणि सरकारी मालकीच्या उद्योगांसह सरकारी नोकऱ्यांनी नोकरीची सुरक्षा आणि निवृत्ती वेतन यांसारख्या फायद्यांसह स्थिर रोजगाराच्या संधी उपलब्ध करून दिल्या.

अनौपचारिक क्षेत्र - नागरी रोजगाराचा मोठा भाग अनौपचारिक क्षेत्रातही होता. ज्यामध्ये छोटे व्यवसाय, रस्त्यावरील विक्रेते, घरगुती कामगार आणि अनौपचारिक मजूर यांचा समावेश होतो. या नोकऱ्यांमध्ये अनेकदा नोकरीची सुरक्षा, सामाजिक संरक्षण आणि औपचारिक रोजगार फायद्यांमध्ये प्रवेश नसतो.

भारतामध्ये १९९० च्या दशकात सुरुवातीला आर्थिक उदारीकरण, खासगीकरण आणि जागतिकीकरणानंतर, भारतातील नागरी व्यावसायिक रचनेत अनेक महत्त्वपूर्ण बदल झाले ते खालीलप्रमाणे.

अ) सेवा क्षेत्राची वाढ - सेवा क्षेत्राची वाढ, विशेषत: माहिती तंत्रज्ञान, दूरसंचार, वित्त, आरोग्यसेवा, आदरातिथ्य आणि व्यावसायिक सेवा या क्षेत्रांमध्ये सर्वात लक्षणीय बदलांपैकी एक आहे. बेंगळुरू, हैदराबाद आणि पुणे सारखी शहरी केंद्र माहिती तंत्रज्ञान (I.T.) आणि बाह्य व्यावसायिक प्रक्रिया (BPO) उद्योगांसाठी प्रमुख केंद्र म्हणून उदयास आली, ज्यामुळे देशभरातील कुशल कामगारांना आकर्षित केले जात आहे.

आ) कॉर्पोरेट रोजगार - खासगी उद्योग आणि बहुराष्ट्रीय कंपन्यांच्या विस्तारामुळे नागरी भागात कॉर्पोरेट रोजगाराच्या संधींमध्ये वाढ झाली. बँकिंग, विमा, किरकोळ आणि सल्लामसलत यांसारख्या क्षेत्रांच्या वाढीसह, औपचारिक, संघटित क्षेत्रातील रोजगाराकडे अधिक पगार, चांगली कामाची परिस्थिती आणि करिअर प्रगतीच्या संधींकडे लोक वळले आहेत.

इ) उद्योजकता आणि नवसुरुवात (स्टार्ट-अप्स) - आर्थिक उदारीकरणामुळे लहान आणि मध्यम आकाराच्या उद्योगांमध्ये (SMEs) आणि नवसुरुवात उद्योग वाढीसह नागरी भारतातील उद्योजकीय संस्कृती सुलभ झाली. बेंगळुरू, मुंबई आणि दिल्ली यांसारखी शहरे तंत्रज्ञान, ई-वाणिज्य (ई-कॉमर्स), आणि फिनटेकसह विविध उद्योगांमध्ये नवोन्मेष (Innovation), उद्यम भांडवल गुंतवणूक आणि उद्योजक क्रियाकलापांसाठी मुख्यकेंद्र (हॉटस्पॉट) बनली आहेत.

ऊ) अनौपचारिक क्षेत्रातील आव्हाने - औपचारिक क्षेत्रात वाढ झाली

असताना, अनौपचारिक क्षेत्रात आव्हाने कायम आहेत. जेथे नागरी रहिवाशांचा एक महत्त्वपूर्ण भाग रोजगारावर राहिला आहे. अनौपचारिक कामगारांना कमी वेतन, अनिश्चित रोजगाराची परिस्थिती, सामाजिक सुरक्षितता योजनांचा अभाव आणि आरोग्यसेवा आणि शिक्षणापर्यंत मर्यादित प्रवेश यांसारख्या समस्यांना तोंड द्यावे लागते.

ए) कौशल्य विकास आणि शिक्षण – नागरी भारतात कुशल कामगारांची मागणी वाढली, ज्यामुळे शिक्षण, व्यावसायिक प्रशिक्षण आणि कौशल्य विकास कार्यक्रमांवर अधिक भर दिला गेला. शैक्षणिक संस्थांचा विस्तार, व्यावसायिक प्रशिक्षण केंद्र आणि आंतरजाल आधारित व्यासपीठ (ऑनलाइन लर्निंग प्लॅटफार्म) यांचा उद्देश नागरी तरुणांना उदयोन्मुख उद्योगांमध्ये रोजगारासाठी आवश्यक कौशल्ये प्राप्त करून सुसज्ज करणे आहे.

अर्थातच, आर्थिक उदारीकरण, खासगीकरण आणि जागतिकीकरणाने नागरी भारतातील व्यावसायिक संरचनेत मोठे बदल घडवून आणले आहेत. त्यामुळे सेवा क्षेत्राची वाढ, कंपनी क्षेत्रातील रोजगाराचा विस्तार, उद्योजकता वाढ आणि कुशल कामगारांची मागणी वाढली आहे. या बदलांनी आर्थिक वाढ आणि विकासासाठी संधी उपलब्ध करून दिली तर अनौपचारिक रोजगार, उत्पन्नातील असमानता आणि सामाजिक बहिष्कार या समस्यांचे निराकरण करणे हे धोरणकर्ते आणि नागरी नियोजकांसाठी एक आव्हान राहिले आहे.

उदारीकरणपूर्व काळात भारतात १९९३-९४ मध्ये प्राथमिक क्षेत्रामध्ये गुंतलेल्या शहरी कामगारांचे प्रमाण (शेती, घरगुती उद्योग, खाण उत्खनन, मासेमारी इ.), दुय्यम क्षेत्रात गुंतलेल्या कामगारांचे प्रमाण (समाविष्ट उत्पादन आणि प्रक्रिया) आणि तृतीया क्षेत्रात गुंतलेल्या कामगारांचे प्रमाण (व्यापार आणि सेवा समाविष्टीत) अनुक्रमे १६.८ टक्के, ३१ टक्के, आणि ५२.१ टक्के इतकी होती.

भारतातील बदलत्या व्यावसायिक संरचनेतील विविध क्षेत्रातील कामगारांचे व्यावसायिक वर्गीकरण खालीलप्रमाणे.

तक्ता क्र. २.९. कामगारांचे राष्ट्रीय व्यावसायिक वर्गीकरण (वय वर्षे १५-५९) २०१९-२०

व्यवसाय क्षेत्र	कामगार (टक्के)
कृषी, वन, मासेमारी	५.०३
खाणकाम	०.४६
उत्पादन	२१.०३
ऊर्जा	०.६५
जल	०.६३
बांधकाम	१०.४२
घाऊक/किरकोळ व्यापार	२३.३५
वाहतूक व साठवणूक	७.५६
निवास आणि भोजन सेवा	३.४९
माहिती व प्रसारण	२.९९
वित्त व विमा	२.७
मालमत्ता खरेदी-विक्री	०.४८
व्यावसायिक, विज्ञान-तंत्र	२.१
प्रशासन व सहाय्यक सेवा	२.२
सार्वजनिक, संरक्षण	३.१७
शिक्षण	६.३
आरोग्य व सामाजिक सेवा	२.३२
कला, करमणूक	०.४९
इतर सेवा	२.८६
घरगुती क्रियाकलाप	१.७७
बाह्य संघटन व मंडळी	०
एकूण	१००

(स्त्रोत - Handbook of Urban Statistics 2022, National Institute of Urban Affairs, pgs. 66-67 https://www.niua.org)

नागरी लोकसंख्येची व्यावसायिक संरचना पाहता असे दिसून येते की, नागरीकरणाच्या प्रक्रियेबरोबरच नागरी व्यावसायिक संरचनेतही बदल घडून येत आहेत. त्यामध्ये कृषी क्षेत्रात अर्थात प्राथमिक क्षेत्रातील कामगारांचे प्रमाण कमी होत आहे तर उत्पादन व सेवा म्हणजे द्वितीय क्षेत्र आणि तृतीय क्षेत्रातील कामगारांचे प्रमाणात वाढ होत आहे.

समारोप

याप्रकरणात नगरांची वृद्धी अर्थात नागरी भौगोलिक क्षेत्रांची वाढ आणि लोकसंख्यात्मक वाढ तसेच नागरीकरण म्हणजे लोकसंख्येची घनता, नगरांची लोकसंख्यात्मक वाढ अर्थात लोकसंख्यात्मक पैलू, सामाजिक व आर्थिक पैलू म्हणजे नागरी सेवा-सुविधा, व्यावसायिक रचना इ.विविध मुद्यांचे विवेचन आणि विश्लेषण नागरी अर्थशास्त्राच्या अभ्यासामध्ये महत्त्वाचे आहे. आज २१व्या शतकात भारतातील जवळपास निम्म्याहून अधिक लोकसंख्या शहरांमध्ये राहते. म्हणजेच भारतातील समाज हा आता नागरी समाज बनला आहे. त्यामुळे नागरी अर्थशास्त्राचा अभ्यास करणे अत्यंत महत्त्वाचे आणि आवश्यक आहे.

३

नागरी वृद्धीचे सिद्धांत
(Theories of Urban Growth)

प्रस्तावना

अर्थशास्त्र ज्ञानशाखेच्या वेगवेगळ्या अभ्यास विषयांचा विस्तार होत असताना त्यामध्ये नवनवीन संकल्पना आणि सिद्धांतांची माडणी होत आहे. या अभ्यास विषयांच्या विस्तार प्रक्रियेत नागरी अर्थशास्त्र या विकसित होणाऱ्या विद्याशाखेतही नवनवीन संकल्पना आणि सिद्धांतांची मांडणी केली जात आहे. या संकल्पना व सिद्धांतांच्या मांडणीमुळे नागरीकरण, नगरांची रचना, नगरांचा उदय यातील पद्धतशीर अभ्यासाच्या कसोटीवर उतरणारे विश्लेषण अभ्यास करणे अत्यंत महत्त्वाचे आणि आवश्यक आहे. नागरीकरणाचे अथवा नगरांच्या रचनेचे वेगवेगळे सिद्धांत हे नागरी समाजशास्त्र याविषय शाखेमध्येसुद्धा अभ्यासाचा विषय आहेत. विद्यमान परिस्थितीत २१ व्या शतकात वेगवेगळ्या विषयांचा अभ्यास आता एकत्रितपणे करणे गरजे व महत्त्वाचे आहे. म्हणजे वेगवेगळ्या विषयांचा अभ्यास हा आंतरविद्याशाखा दृष्टिकोनातून केला जात आहे. त्यामुळे याप्रकरणात नागरी वृद्धीचे सिद्धांत व संकल्पना यांचे विश्लेषण खालीलप्रमाणे केले आहे.

३.१ नागरी वृद्धीचे तथा नागरीकरणाचे सिद्धांत (Theories of Urban Growth)

नागरी वृद्धीच्या सिद्धांताचे प्रामुख्याने दोन गटात वर्गीकरण केले जाते. एक म्हणजे परंपरागत सिंद्धांत (Classical Theories) तर दुसरे म्हणजे आधुनिक

सिद्धांत (Modern Theories). या दोन्ही गटातील निवडक सिद्धांतांचे विश्लेषण खालीलप्रमाणे.

- **नागरी वृद्धीचे परंपरागत सिद्धांत (Classical Theories of Urban Growth/Urbanisation)**

नागरीकरणाच्या परंपरागत सिद्धांतांमध्ये प्रामुख्याने वॉन थ्युनन यांचे नागरीकरणाचे प्रतिमान, बर्जेस यांचे एक केंद्रीय प्रतिमान, आणि केंद्रीय स्थान/ठिकाण सिद्धांत यांचा समावेश केला जातो त्याचे विश्लेषण पुढीलप्रमाणे.

(अ) वॉन थ्युनन यांचे प्रतिमान (The Von Thunen Model)

थ्युनेन, जोहान हेनरिक वॉन (Thunen, Johann Heinrich Von २४ जून १७८३ - २२ सप्टेंबर १८५०) हे एकोणिसाव्या शतकातील एक प्रसिद्ध जर्मन अर्थशास्त्रज्ञ होते. जोहान वॉन थ्युनेन यांचा जन्म उत्तर जर्मनीतील मेक्लेनबर्ग-स्ट्रेलिट्झ येथे झाला. जोहान यांनी आदर्श नागरी योजनेची कल्पना मांडली. जेथे धान्य, दुग्धजन्य पदार्थ, मांस आणि लाकूड यांसारख्या सर्व आवश्यक वस्तूंचे स्त्रोत एखाद्या शहराच्या आसपासच्या भागात उपलब्ध होतात असे गृहीत धरले. नागरीकरणाचे हे प्रतिमान अथवा प्रारूप मांडताना त्यांनी शहरी केंद्रांच्या सभोवताली असलेल्या चार वर्तुळांच्या रूपात ते मांडले. ही चार वर्तुळं भौगोलिक-आर्थिक अशा वेगवेगळ्या पद्धतीचे कार्य करतात असे त्यांनी मानले आहे. या वर्तुळांच्या आधारे एक प्रभावी प्रणाली तयार करण्याची व्यवस्था केली, जेथे शहरी केंद्रामध्ये आवश्यक तरतुदींची वाहतुक कार्यक्षम होते. या वर्तुळाची आकृती खालीलप्रमाणे.

आकृती ३.१. वॉन थ्युनेन: नागरी केंद्राची रचना

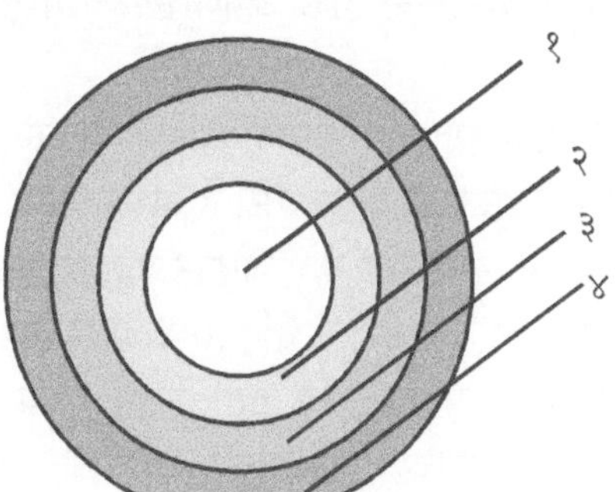

- सर्वात आतील पहिले वर्तुळ हे ज्या प्रदेशामध्ये दुग्ध आणि बागकाम-शेती उपयुक्त असेल, त्या प्रदेशाचे प्रतिनिधित्व करते. जोहान यांनी आपल्या युक्तिवादात असे म्हटले आहे की, शेतीमधील नष्ट होणाऱ्या वस्तूंची जागा शहरीभागाच्या जवळ असल्याने त्या जागेचे स्थान महत्त्वपूर्ण आहे. जेणे करून प्रवासाच्या काळात उत्पादन खराब होण्यापासून बचाव झाला पाहिजे.
- दुसऱ्या वर्तुळात लाकूड आणि त्याच्या निर्मितीसाठी आदर्श क्षेत्रांचा समावेश केला. एकोणिसाव्या शतकात बहुतेक उद्योगांसाठी तसेच घरगुती कामासाठी लाकूड हे इंधन म्हणून वापरले जात होते.
- तिसरे वर्तुळ हे मोठ्या क्षेत्राचे प्रतिनिधित्व करताना दिसते. ज्यामध्ये अन्नधान्याच्या शेतीचा वापर मोठ्याप्रमाणात होताना दिसतो. या वर्तुळात भाकरीसाठी धान्य म्हणून विस्तृत शेतीची पिके असतात. दुग्धजन्य पदार्थांपेक्षा धान्य जास्तकाळ टिकते आणि ते इंधनांपेक्षा जास्त हलके असते वाहतूक खर्च कमी करते. ते शहरापासून दूर स्थित असू शकते. अन्नधान्य हे लवकर खराब होण्याची शक्यता नाही. त्यामुळे त्याच्या वाहतुकीची समस्या निर्माण होत नाही.
- चौथ्या वर्तुळाच्या बाहेर निर्जन वाळवंट आहे, जे मध्यवर्ती शहरापासून कोणत्याही प्रकारच्या शेती उत्पादनासाठी फारच दूर अंतरावर आहे; कारण उत्पादनासाठी मिळालेल्या रक्कमेमुळे शहराला वाहतूक झाल्यानंतर उत्पादनाच्या खर्चाची किंमत मोजावी लागत नाही.

या चारही वर्तुळासाठी वॉन थ्युनेन यांनी वेगवेगळे रंग वापरले आहेत. काळा रंग हा शहरासाठी; पांढरा रंग दुग्ध आणि बागकामासाठी; हिरवा रंग जंगल व वन; पिवला रंग धान्य आणि शेतातील पिके आणि लाल रंग हा पाळीव प्राण्यांचे प्रतिनिधित्व करते.

आधुनिक तंत्रज्ञान, कारखाने, महामार्ग आणि अगदी रेल्वेमार्गापूर्वी हे नागरी प्रारूप अथवा प्रतिमान तयार केले असले तरी हे अर्थशास्त्रीय भूगोलामधील एक महत्त्वाचे प्रारूप असल्याने अभ्यासता येते. जोहान वॉन थ्युनेन यांनी जवळ जवळ दोनशे वर्षांपूर्वी असे दाखवून दिले की, शेतीविषयक जमीन वापरण्याची भौगोलिक पद्धत अत्यंत नियमित आणि अंदाजदायक होती. त्यांनी प्रथम आपल्या स्वत:च्या मोठ्या मालमत्तेच्या आसपासच्या जमिनीच्या वापराचे वर्णन केले. एखाद्या

शहराच्या जवळ असणाऱ्या जमिनीची किंमत ही जास्त असते. अशा भागातील शेतकरी वाहतूक, जमीन व नफ्याचा खर्च संतुलित करतात आणि बाजारपेठेसाठी सर्वांत जास्त खर्चिक उत्पादन देतात असे थ्युनेन यांना वाटते.

(ब) प्रा. पार्क आणि बर्जेस यांचा नागरीकरणाचा एक केंद्रीय सिद्धांत/ प्रतिमान (Concentric Zone Model)

नागरी परिस्थिती विज्ञानाबाबत प्रथम अमेरिकेतील शिकागो संप्रदायाने (Chicago School) सैद्धांतिक विश्लेषण मांडले. त्यामध्ये प्रा. पार्क आणि बर्जेस यांनी अमेरिकेतील शिकागो आणि इतर शहरांचा अभ्यास करून सिद्धांत मांडला. त्यांच्या मतानुसार, नगरांच्या एकूण भौगोलिक क्षेत्रामध्ये विशिष्ट ठिकाणी व्यवहार चालतात म्हणून त्या विशिष्ट ठिकाणी त्या संस्कृतीची वर्तुळाकार कामे निर्माण होतात. इतर घटक स्थिर आहेत असे गृहीत धरून अमेरिकेतील नगरांची वृद्धी ही पाच समकेंद्रित, कमी-अधिक, समान गोलाकार परिसरानंतर परिसर अशी झाली आहे. या वर्तुळाकार परिसरांचे त्यांनी पाच भाग पाडले आहेत ते खालील आकृतीच्या आधारे पाहूत.

आकृती ३.२. प्रा. पार्क आणि बर्जेस यांचे नागरी वृद्धीचे एक केंद्रीय प्रतिमान

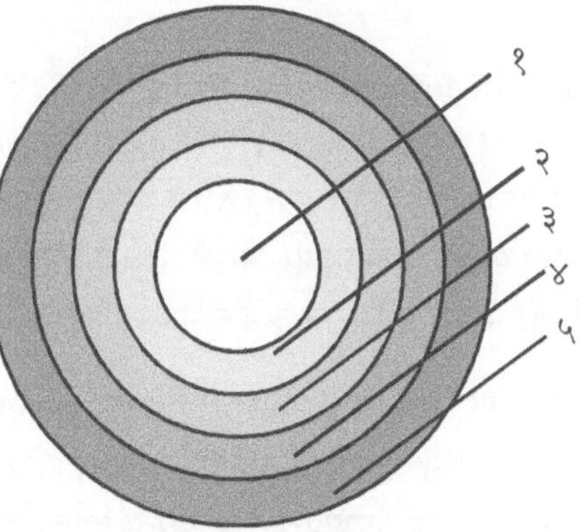

१. **केंद्रीय परिसर** - नागरी क्षेत्राच्या केंद्रस्थानी असलेल्या परिसरास बर्जेस यांनी केंद्रीय परिसर १ असे म्हटले आहे. या परिसरात ज्या व्यवसायाची आर्थिक उलाढाल मोठ्याप्रमाणात होते असे व्यावसायिक या परिसरातील आर्थिक व्यवहारांवर नियंत्रण ठेवतात.

२. **संक्रमण परिसर** - दुसऱ्या वर्तुळाकार परिसरास संक्रमण परिसर असे म्हटले आहे. यास क्षेत्रीय परिवर्तन किंवा पहिल्या परिसराचा विस्तारीत भाग असे म्हटले आहे. याही क्षेत्रात दाट लोकवस्ती असते. कमी उत्पन्न गटातील बाहेरून आलेल्या लोकांची येथे प्रामुख्याने वस्ती असते. या परिसरास आंतरक्रियात्मक संबंधातून निर्माण होणाऱ्या विघटनात्मक प्रक्रियांचे प्रमाण जास्त असते.

३. **कामगार वसाहत परिसर** - तिसऱ्या प्रकारच्या परिसरात मुख्यत: कामगारांची घरे आढळून येतात. त्यामध्ये शासकीय-निमशासकीय कार्यालये, शाळा, महाविद्यालये, अशा विविध क्षेत्रातील मध्यम उत्पन्न गटातील लोकांचा सामवेश होतो. येथून शहरातील विविध क्षेत्रातील कामासाठी कामगारांचा पुरवठा होतो.

४. **राहत्या घरांचा परिसर** - या चौथ्या परिसरात लहान, मध्यमवर्गीय कुटुंबांची घरे आणि स्थानिक व्यापाऱ्यांची घरे असतात. हा परिसर शहरी वाहतुकीच्या साधारण १५ ते २० मिनिट अंतरावर असतो.

५. **देवाण-घेवाण परिसर** - या शेवटच्या परिसरातून बाहेरील शहरे, खेडी, व इतर देशांशी जोडलेले रस्ते, हवाई व सागरी वाहतुकीच्या सहायाने देवाण-घेवाण होत असते. या परिसरातील कारखान्यातून वस्तूंचे उत्पादन होते.

बर्जेस यांच्या या सिद्धांतात काही उणीवा दिसून येतात. त्यामध्ये असे म्हटले जाते की, शहरांची वाढ स्पष्ट करता येत नाही. काही ठिकाणी शहरांची वाढ रस्त्याच्या बाजूस रेशात्मक स्थितीत होते. तसेच मॉरिस डेव्हिड म्हणातात की, केंद्रस्थानी गजबलेला परिसर वर्तुळाकार असणे गरजेचे नाही. तसेच कमी उत्पन्न गटातील लोकांची घरे नागरी परिसरात अनेक भागात दिसून येतात.

(क) मध्यवर्ती ठिकाण सिद्धांत (Central Place Theory)

मध्यवर्ती स्थान अथवा ठिकाण सिद्धांत हा अवकाशीय व्यवस्था, आकार आणि वसाहतींची संख्या स्पष्ट करण्याचा एक प्रयत्न आहे. मध्यवर्ती ठिकाण ही एक वसाहत असते जी त्याच्या आसपास राहणाऱ्या लोकसंख्येसाठी एक किंवा अधिक सेवा पुरवते. दक्षिण जर्मनीतील वसाहत नमुन्याचा अभ्यास करणाऱ्या जर्मन भूगोलशास्त्रज्ञ **वॉल्टर क्रिस्टालरने** मूलत: १९३३ मध्ये हा सिद्धांत प्रकाशित केला. दक्षिण जर्मनीच्या सपाट जमिनीच्या अरेखनात (लँडस्केपमध्ये), क्रिस्टलर

यांच्या लक्षात आले की विशिष्ट आकाराची शहरे अंदाजे समान अंतरावर आहेत. तपासणी करून आणि वसाहत रचनेची कार्ये आणि अंतर्भागाचा आकार परिभाषित करताना त्याला भौमितिक आकारांचा वापर करून वसाहत स्थानांचे नमुना तयार करणे शक्य झाले. त्यांच्या सिद्धांतामध्ये दोन मूलभूत संकल्पनांचा समावेश आहे.

सुरुवात (Threshold) – विशिष्ट वस्तू किंवा सेवांची तरतूद करण्यासाठी आवश्यक असलेली किमान लोकसंख्या आणि

वस्तू किंवा सेवांची श्रेणी – लोक वस्तू आणि सेवा खरेदी करण्यासाठी सरासरी कमाल अंतर प्रवास करतील.

यावरून त्यांनी असा निष्कर्ष काढला की वसाहती त्रिकोणी किंवा षटकोनी जाळीमध्ये तयार होतात. कोणत्याही आच्छादित न करता क्षेत्रांना सेवा देण्यासाठी हा सर्वात कार्यक्षम नमुना आहे. शहरी पदानुक्रमाच्या सुव्यवस्थित व्यवस्थेमध्ये, क्रिस्टलरने, वस्तू आणि सेवांचे वेगवेगळे गट प्रदान करून, वसाहतींचे सात भिन्न मुख्य आदेश ओळखले आहेत. वसाहत नियमितपणे अंतरावर असतात. समान क्रम केंद्रांमधील समान अंतर लहान केंद्रांपेक्षा मोठी केंद्रे दूर असतात. वसाहतींमध्ये षटकोनी बाजार क्षेत्रे आहेत आणि संख्या आणि कार्यांमध्ये सर्वात कार्यक्षम आहेत.

- **आधुनिक सिद्धांत (Modern Theories)**

नागरी वृद्धीच्या आधुनिक सिद्धांतामध्ये सार्वजनिक निवड सिद्धांत, नियोजन सिद्धांत, आणि आर्थिक एकत्रीकरण सिद्धांतांचा समावेश होतो त्याचे विश्लेषण पुढीलप्रमाणे.

(अ) सार्वजनिक निवड सिद्धांत (Public Choice Theory)

पॉल पीटरसन यांनी 'सिटी लिमिट्स' या त्यांच्या १९८१ सालच्या पुस्तकात 'सार्वजनिक निवड सिद्धांत' मांडला. पीटरसन म्हणतात की, नागरी राजकारणी आणि शासकीय राजवटी या एकूणच आर्थिक तत्त्वांच्या अधीन आहेत जे शहरांना नवीन गुंतवणूक आणि भांडवल मिळविण्यासाठी स्पर्धा करण्यास भाग पाडतात. पीटरसन म्हणतात की, शहरांचे स्पर्धात्मक स्वरूप व्यावसायिक उच्चभ्रू आणि राजकारण्यांना नवीन विकास प्रकल्पांना अनुकूल होण्यास प्रोत्साहन देते. त्यांनी असा निष्कर्ष काढला की यशस्वी शहरांना व्यवसाय आणि आर्थिक विकासाच्या गरजा पूर्ण करणाऱ्या स्थानिक पायाभूत सुविधांची आवश्यकता असते.

पीटरसन यांच्या सिद्धांतामध्ये भर दिलेली मुक्त बाजारपेठ आणि वित्तीय

वाढ प्रतिमान हे नगर अधिकारी आणि उद्योजकांसाठी त्यांच्या शहरातील आर्थिक विकासाला चालना देण्यासाठी मार्गदर्शक आहेत. शहरी मर्यादेत नमूद केलेल्या शहरी विकासाचा *सार्वजनिक निवड सिद्धांत* हे सूचित करतो की, बाजार मूल्ये आणि प्रेरणा अधिक खासगी गुंतवणूक आकर्षित करण्याच्या उद्दिष्टाने शहराच्या अधिकाऱ्यांना आर्थिक पुनरुज्जीवन करण्यास प्रवृत्त करतात. आर्थिक विकासाद्वारे नवीन व्यवसाय आणि नोकऱ्यांना आकर्षित करण्यासाठी इतर शहरांशी स्पर्धा करून शहरांनी त्यांची आर्थिक स्थिती सुधारण्याचा प्रयत्न केला पाहिजे. या विश्वासावर हा आर्थिकदृष्ट्या आधारीत सिद्धांत तयार केला गेला.

व्यवसायासाठी जे चांगले आहे ते शहरासाठी चांगले होते या तर्कास अनुसरून शहरे त्यांच्या हद्दीत नवीन रोजगार आणि विकास प्रकल्पांना प्रोत्साहन देण्यात यशस्वी होतात. नागरी विकासाची काटेकोरपणे आर्थिकदृष्टीने रचना करताना पीटरसन असा दावा करतात की, नगरांचे निर्णय सार्वजनिक उपयोगिता वाढविण्यासाठी आराखडा केलेल्या तर्कशुद्ध तत्त्वांद्वारे शासित आहेत.

जॉन लोगन आणि हार्वे मोलॉक यांनी पीटरसन यांच्या सिद्धांतावर टीका म्हणून १९८७ साली *अर्बन फॉर्च्युन्स* प्रकाशित केले. त्यामध्ये त्यांनी उद्योजक आणि नागरी राजकारणी यांच्या संयोगाचे वर्णन वृद्धी यंत्र (Growth Machine) तयार करतात आणि विकास प्रक्रियेवर प्रभाव टाकण्याचा प्रयत्न करणाऱ्या कमकुवत शक्तींवर मात करण्याची क्षमता वाढवतात अशा तऱ्हेने केले आहे.

(ब) नियोजन सिद्धांत (Planning Theory)

साधारणत: १९७० च्या दशकात हडसन (१९७४) यांनी नियोजन सिद्धांताची उपमा देणारा एक व्यापकपणे उद्धृत लेख प्रकाशित केला. नागरी क्षेत्रामध्ये नियोजनाच्या प्रयत्नांमध्ये तात्त्विक संश्लेषण किंवा संस्थात्मक विकास सिद्धांताचा स्पष्ट संदर्भ क्वचितच सापडतो. मागील नियोजन प्रयत्नांच्या व्यष्टी अध्ययनावर (case study) आधारीत ऐतिहासिक अनुभवाच्या धड्यांवर अधिक लक्ष दिले जात नाही. नियोजन सिद्धांत त्याच्या मानक विरुद्ध वर्णनात्मक किंवा भविष्यसूचक स्वरूपावर बराच काळ प्रभावी आहे. नैतिक अर्थाने नियोजनाचा सिद्धांत तात्त्विकदृष्ट्या योजना करण्याचा योग्य मार्ग मांडण्याच्या दिशेने आहे का? किंवा विविध नियोजन वर्तणुकीचे संभाव्य परिणाम दर्शविण्याकडे ते वैज्ञानिकदृष्ट्या केंद्रीत आहे का? या दोन्ही परंपरा नेहमीच अस्तित्वात आहेत. परंतु चळवळ

तत्त्वज्ञानापासून आणि विज्ञानाकडे दूर असल्याचे दिसते. नियोजन सिद्धांच्या आकस्मिक वापराची कल्पना या प्रवृत्तीसह आहे.

इतर परंपरापैकी सर्वात महत्त्वाचे म्हणजे वाढीव नियोजन, व्यवहारात्मक नियोजन, प्रातिनिधिक नियोजन आणि मूलगामी नियोजन हे कोणत्याही प्रकारे समकालीन नियोजन परंपरांची श्रेणी संपुष्टात आणत नाहीत. परंतु ते अंदाजे १९६० पासून नियोजन सिद्धांत आणि सरावातील प्रमुख घडामोडींचे वर्णन करण्यासाठी पुरेशी जागा व्यापत आहेत जे विकास संक्षिप्त (synoptic) दृष्टिकोनातील मान्यताप्राप्त कमतरतांच्या प्रतिसादात वाढले आहेत.

(क) एकाग्रतेचे अर्थशास्त्र (Economics of Agglomeration)

शहरी लोकसंख्येची भौगोलिक एकाग्रता आणि संबंधित आर्थिक क्रियाकलापांद्वारे शहरी एकत्रीकरण परिभाषित केले जाते. २००५ मध्ये ७,५०,००० किंवा त्याहून अधिक रहिवासी असलेली शहरे मोठे शहरी समूह म्हणून परिभाषित केली आहेत. २००४-०५ मध्ये, भारताच्या एकूण सकल घरेलू उत्पादनामध्ये (जीडीपीमध्ये) शहरी सकल घरेलू उत्पादनाचे योगदान साधारणत: ५२.०२ टक्के होते.

एकत्रीकरणाच्या अर्थव्यवस्थेचे काही फायदे आहेत, ते म्हणजे, व्यवसायाच्या संबंधित क्षेत्रातील अधिक कंपन्या एकत्र आल्यामुळे त्यांच्या उत्पादन खर्चात लक्षणीय घट होते. एकाच क्षेत्रात (क्लस्टरमध्ये-समूहात) प्रतिस्पर्धी कंपन्या असतानासुद्धा त्याचे फायदे असू शकतात. कारण समूह एका उद्योगपेक्षा अधिक पुरवठादार आणि ग्राहकांना आकर्षित करतो. या एकत्रीकरणाच्या अर्थव्यवस्थेचे फायदे घेण्यासाठी शहरे निर्माण होतात व वाढतात.

जेव्हा कंपन्या आणि लोक, शहरे आणि औद्योगिक समूहामध्ये (क्लस्टर्समध्ये) एकमेकांच्या जवळ येतात तेव्हा एकत्रित अर्थव्यवस्था हा एक फायदा आहे आणि हे सर्व फायदे शेवटी वाहतूक खर्च बचतीतून मिळतात. एकत्रिकरण किंवा एकाग्रता अर्थव्यवस्था म्हणजे कंपन्या आणि लोक जेव्हा त्यांच्यासाठी उपयुक्त ठरणाऱ्या शहरी देऊ केलेल्या फायद्यांचा वापर करण्यासाठी एकत्र येतात तेव्हा त्यांना मिळालेल्या फायद्यांचा संदर्भ देते.

नागरीकरण आणि आर्थिक वाढ समजून घेण्यासाठी शहराच्या आकारमानावर आणि त्यामुळे त्याची अल्पकालीन गतिमानता प्रभावित करणारे विविध घटक

समजून घेणे आवश्यक आहे. शहरी समुच्चयांचे अस्तित्व स्पष्ट करण्यासाठी तीन मूलभूत प्रकारच्या एकत्रीकरण शक्तींचा वापर केला गेला आहे.

- ज्ञानाचा प्रसार, म्हणजेच अधिक जैव वैद्यकीय संशोधन शहरी क्षेत्र, ज्यामध्ये नवीन संशोधन प्रयोगशाळा या अधिक उत्पादनक्षम असतील;
- विशेष निविष्ठांसाठी दाट बाजारपेठ आणि;
- पाठीमागील आणि पुढील जुळणी (बॅकवर्ड व फॉरवर्ड लिंकेज): स्थानिक सुविधा आणि सार्वजनिक वस्तू स्वत:च संबंधित एकत्रीकरण शक्ती असू शकतात. शहरी समूहाचा आकार हा संबंधित समूह आणि गर्दीच्या शक्तींमधील व्यापार-बंदचा परिणाम आहे. त्यामुळे शहरी वाढ कोणत्याही शहर-विशिष्ट किंवा परिणाम असू शकते.

तक्ता क्र. ३.१. भारतातील प्रमुख शहरी लोकसंख्येची भौगोलिक एकाग्रता (लोकसंख्या वर्ष २०११)

शहर	लोकसंख्या
मुंबई	१,८३,९४,९१२
दिल्ली	१,६३,४९,८३१
कोलकता	१,४०,५७,९११
चेन्नई	८६,५३,५२१
बेंगळुरू	८५,२०,४३५
हैदराबाद	७६,७७,०१८
अहमदाबाद	६३,५७,६९३
पुणे	५०,५७,७०९
सुरत	४५,९१,२४६
जयपूर	३०,४६,१६३

(स्रोत - Office of the Registrar General and Census Commissioner, https://www.citypopulation.de/en/india/cities/ access dt 06/12/2024)

(ड) स्मेल्स यांचा भारतीय शहरांचा प्रादेशिक आराखडा

स्मेल्स यांनी भारतातील प्रमुख नगरांच्या भौगोलिक प्रदेशांचा अभ्यास करून आणि पाश्चात्य देशातील नगरांच्या परिस्थिती विज्ञानाबाबतच्या सिद्धांतातील त्रुटी लक्षात घेऊन भारतातील नगरांच्या परिस्थिती विज्ञानाबाबत एक स्वतंत्र सिद्धांत मांडला. स्मेल्स यांनी या सिद्धांताला 'भारतीय शहरांचा प्रादेशिक आराखडा' असे नाव दिले. भारतातील प्रमुख नगरांचे अवलोकन करून त्यांनी नगरांच्या भौगोलिक प्रदेशाचे खालील तीन उपविभागात विभाजन केले.

- मुख्य बाजारपेठेचा भाग
- तटबंदीयुक्त जुन्या शहराचा भाग
- तटबंदीबाहेरील विस्तार

नगरातील वरील तीन प्रमुख प्रदेशांचे आणखी उपप्रकारात विभाजन करून त्यांनी नगरांचा भूप्रदेश १२ विविध उप-विभागात विभागलेला आहे. हे विभाग खालीलप्रमाणे.

१) नगर चौक, २) ठोक बाजार, ३) औद्योगिक वसाहत व कारखाने, ४) केंद्ररूप खेडे, ५) झोपडपट्टी, ६) वसाहत, ७) लोहमार्ग स्थानक, ८) बाग, ९) रेसकोर्स, १०) महाविद्यालय, ११) सिव्हिल लाईन्स, १२) कँम्प विभाग

स्मेल्स यांच्या आराखड्यास अनुसरून भारतातील पुणे, आग्रा, अलाहाबाद, मुंबई अशा बऱ्याचशा द्वित्त्व (Dualistic) शहरांचे प्रादेशिक स्वरूप आपणास समजू शकते. परंतु लहान औद्योगिकीकरणपूर्व, तसेच धार्मिक शहरांच्या भूप्रदेशाचा आराखडा स्थानिक पर्यावरणाच्या अनुषंगाने मांडावा लागतो. कारण प्रत्येक शहराला स्वत:चे असे स्वतंत्र, वेगळे पर्यावरण, व्यक्तिमत्त्व असते. त्याचप्रमाणे विविध शहरांच्या भूप्रदेशांच्या काही गोष्टी समानही दिसून येतात. उदा. केंद्रबिंदू, सामाजिक, आर्थिक संघटना यांचा शहर रचनेवर होणारा प्रभाव इ. त्याचप्रमाणे नागरी लोकसंख्या, इमारतींची दाटी व जमिनीच्या किंमती या तीन गोष्टी शहराच्या केंद्रबिंदूपासून, शहराच्या परिघापर्यंत हळूहळू कमी होत जातात. या उतरत्या प्रमाणालाच क्षेत्र प्रवणता (Zonal Gradient) असे म्हणतात. त्याचप्रमाणे शहरापासून बाहेर जाणाऱ्या मार्गांना धरूनही असे उतरते प्रमाण दिसून येते. त्याला आरीय प्रवणता (Radical Gradient) असे म्हणतात. शहराच्या आंतरिक रचनेत काही घटक विकेंद्रीकरणाचा प्रभाव दर्शवितात, तर काही घटक केंद्रीकरणाचा प्रभाव दर्शवितात. अशा प्रकारे नगराच्या प्रादेशिक विभाजन प्रक्रियेंवर हे विविध

घटक प्रभाव पाडतात. त्यांच्या प्रभावाच्या परिणामकतेची भिन्नता प्रत्येक नगरामध्ये कमी अधिक प्रमाणात दिसून येत असल्यामुळे प्रत्येक नगराच्या प्रादेशिक विभाजन नमुनादर्शात भिन्नता दिसून येईल. असे असले तरी वरील नागरी परिस्थिती विज्ञानाच्या विविध सिद्धांतामध्ये काही मूलभूत गोष्टी दिसून येतात असे स्मेल्स यांनी मांडले आहे त्या पुढीलप्रमाणे.

- भौगोलिक परिस्थिती (Geographic Conditions)
- दळणवळण आणि संचार साधने (Means of Transport and Communication)
- व्यवसाय व उद्योगधंदे (Business and Industry)
- आर्थिक, सामाजिक व सांस्कृतिक संघटन (Economic, Social and Cultural Organisation)

३.२ नागरीकरण आणि जागतिकीकरण (Urbanisation and Globalisation)

नागरीकरणाची प्रक्रिया ही जागतिकीकरणाच्या प्रक्रियेचा एक भाग आहे. जागतिकीकरण 'जागतिक आंतरसंबंधाचा विस्तार, व्यापकता, गहनता, आणि गतिशीलता' याचा संदर्भ देते आणि त्यामध्ये खालील प्रमुख चार सामाजिक-स्थानिक परिणामांचा समावेश होतो.

- भौगोलिक सीमा ओलांडून सामाजिक, राजकीय आणि आर्थिक क्रियाकलापांचा विस्तार;
- परस्परसंबंधांची तीव्रता आणि परस्परसंवाद आणि प्रवाहांचे नमुने;
- जागतिक परस्परसंवाद आणि प्रक्रियांचा वेग वाढवणे;
- स्थानिक आणि जागतिक अशाप्रकारे एकमेकांना जोडणे ज्यामुळे स्थानिक घटना दूरच्या प्रदेशांवर परिणाम करू शकतात.

२१व्या शतकात माहिती व दळणवळण तंत्रज्ञानातील प्रगतीमुळे जागतिक पातळीवर परस्परसंबंध वाढले आहेत. आंतरराष्ट्रीय प्रवाह (भांडवल, वस्तू, सेवा, लोक, माध्यम, प्रतिमा, कल्पना, किंवा प्रदूषण) हे जागतिकीकरणाचे प्रमुख सूचक आहेत. आंतरराष्ट्रीय संबंधाचे जाळे (महामंडळ, बाजार, सरकार, स्वयंसेवी संस्था, गुन्हेगारी संघटना, सांस्कृतिक समुदाय) ही त्याची मुख्य संस्थापक संरचना आहे आणि माहिती व संप्रेषण तंत्रज्ञान ही त्याची मुख्य साधने आहेत.

मागील ५० वर्षांच्याकाळात, जागतिकीकरणाचा वेग वाढला असल्यामुळे शहरे ही आर्थिक क्रियाकलाप, राजकीय शक्ती, सांस्कृतिक धोरण आणि प्रशासन यासाठी विशेषाधिकार प्राप्त करणारी स्थाने बनली आहेत. शहरे ही जागतिकीकरणासाठी आर्थिक आणि सांस्कृतिकदृष्ट्या आवश्यक असलेले सामाजिक स्थानिक परिणाम देतात. ते लोक, उत्पादने, सेवा, कौशल्य, उपभोग, माहिती आणि संप्रेषण यांना एका मजबूत आणि ठळक संबंधांमध्ये एकत्र आणतात.

शहरे ही जागतिकीकरणाच्या दुहेरी संभाव्यतेचे प्रतीकसुद्धा आहेत. एकजिनसीपणासाठी (पाश्चिमात्य जीवनशैलीचा प्रसार आणि प्रचार आणि उपभोक्तावादाच्या जागतिक संस्कृतीद्वारे) आणि विविधतेसाठी उदा. ओळखसंबंधित संघर्ष किंवा स्थानिक तक्रारी वाढवून किंवा उघडण्याच्या माध्यमातून सांस्कृतिक अभिव्यक्तीसाठी नवीन संधी आहेत. शहरे ही स्थानिक आणि जागतिक घटक आणि प्रक्रिया एकत्र आणणारे जागतिक संमिश्र प्रतिमान, शैली आणि नमुने प्रकट करण्यास परवानगी देतात. जागतिकीकरण आणि नागरीकरणाचे एकत्रित परिणाम देखील एका नवीन प्रकारच्या 'नागरी राष्ट्रवाद'च्या उदयास अनुकूल आहेत. शहरे ज्यांना असे वाटते की, ते एक सांस्कृतिक आणि राजकीय समुदाय बनतात, ज्यांना असे वाटते की ते एकत्र आहेत असे शहर-कल्पित समुदायांची निर्मिती करतात.

मार्कुस यांच्या मते, जागतिकीकरणाचा परिणाम म्हणजे 'जागतिक दर्जाच्या शहरांची' निर्मिती होय. त्यांनी अस्तित्वात असलेल्या जागतिकीकरणाच्या काही वैशिष्ट्यांची यादी केली आहे.

जागतिकीकरणाचे शहरी विकास अथवा नागरीकरणावर खालीलप्रमाणे **परिणाम** होतात.

- कमी होत असलेल्या हातात मालकी आणि नियंत्रणाची एकाग्रता बहु-राष्ट्रीय कंपन्यांची संख्या वाढवतात.
- कंपन्या, सरकार आणि कामगार यांच्यातील शक्ती संबंधांमध्ये बदल घडून येतो.
- शहरांमधील स्पर्धेसाठी स्थानिक सरकारांची बांधिलकी आर्थिकदृष्ट्या फायदेशीर व्यवसाय ठरते.
- तंत्रज्ञानाचा वेगवान विकास, विशेषत: दळणवळण आणि वाहतूक आणि माहिती प्रक्रिया, बरेच विस्तृत विस्तार सक्षम करते.
- नियंत्रण आणि आंतरजाल (नेटवर्क) कंपन्या, या शक्तींचा प्रभाव शहरांवर

विभागला जाऊ शकतो. संपूर्ण शहरांवर होणारा परिणाम आणि त्यावर होणारा परिणाम यांच्यात शहरांमध्ये तयार केलेल्या पर्यावरणाचे विशिष्ट पैलू आढळून येतात.

- प्रामुख्याने आर्थिक प्रक्रिया ज्यामध्ये व्यापार संबंध आणि बाजार प्रक्रिया ही गुंतागुंतीची प्रक्रिया असते म्हणजे वेगवेगळ्या गोष्टी आणि वेगवेगळ्या देशांमध्ये वेगवेगळे परिणाम वितरीत करतात आणि लोक अनेकदा त्यांच्या हिताकडे दुर्लक्ष करतात.

जागतिकीकरणाचे असे वेगवेगळे परिणाम आढळून येतात.

३.३ निरंतर नागरी विकास (Sustainable Urban Development)

निरंतर (शाश्वत) नगर नियोजन आता केवळ एक स्वप्न राहिलेले नाही. खरं तर, जगभरातील अनेक शहरांनी पर्यावरणपूरक पद्धतींमध्ये गुंतवणूक करण्यास सुरुवात केली आहे, त्यामुळे हरित आणि अधिक निरंतर भविष्यासाठी मार्ग मोकळा झाला आहे. कचरा कमी करण्यापासून ते अक्षय ऊर्जा स्त्रोतांचा वापर करण्यापर्यंत आणि वाहतुकीच्या पर्यायी पद्धतींना प्रोत्साहन देण्यापर्यंत, शहरे ही त्यांच्या कार्बन पाऊलखूणा (फूटप्रिंट) कमी करण्यासाठी आणि त्यांच्या रहिवाशांचे जीवनमान सुधारण्यासाठी त्यांचे कार्य करत आहेत.

शहरांचे नगर नियोजन जवळजवळ निर्दोष बनविणारे म्हणजे **निरंतर नागरी विकासाचे सहा आवश्यक घटक** खालीलप्रमाणे आहेत.

पादचाऱ्यांसाठी अनुकूल पायाभूत सुविधा : चालण्यायोग्य शहर हे राहण्यायोग्य शहर असते. नगर नियोजकांनी याची खात्री करणे आवश्यक आहे की पादचारी अपघात किंवा अस्वस्थतेच्या भितीशिवाय सहजपणे फिरू शकतील. त्यामध्ये सुस्थितीत असलेले पदपथ, रस्ता ओलांडणे आणि पादचारी क्रॉसिंगचा समावेश आहे.

सुलभ सार्वजनिक वाहतूक : वाहतुक कोंडी आणि उत्सर्जन कमी करण्यासाठी विश्वासार्ह्य आणि कार्यक्षम सार्वजनिक वाहतुक व्यवस्था महत्त्वाची आहे. एक चांगली सार्वजनिक वाहतुक व्यवस्था सर्वांसाठी प्रवेश योग्य असावी, ज्यामध्ये अपंग लोकांचा समावेश आहे आणि त्यामध्ये वारंवार आणि विश्वासार्ह्य सेवा असणे आवश्यक आहे.

हरितपट्टे आणि उद्याने : शहरी भाग तणावपूर्ण असू शकतात. परंतु हिरवीगार

जागा आणि उद्याने असणे नागरी जीवनातील गोंगाटापासून आराम देण्यास मदत करते. उद्याने रहिवाशांना आराम, व्यायाम आणि निसर्गाचा आनंद घेण्यासाठी जागा देतात.

शाश्वत इमारती : इमारती मोठ्याप्रमाणात ऊर्जेच्या वापरासाठी जबाबदार असतात. म्हणूनच टिकाऊ बांधकाम पद्धती महत्त्वाच्या आहेत. नगर नियोजकांनी पर्यावरणपूरक बांधकाम साहित्य, कार्यक्षम प्रकाश व्यवस्था आणि अक्षय ऊर्जा स्त्रोतांचा वापर करण्यास प्रोत्साहन दिले पाहिजे.

मिश्र-वापराचा विकास : निवासी, व्यावसायिक आणि किरकोळ जागा यांचे मिश्रण समुदायाची भावना निर्माण करू शकते आणि लांब प्रवासाची गरज कमी करू शकते. मिश्र-वापराचा विकास चालण्याच्या क्षमतेला प्रोत्साहन देते आणि वाहतुक कोंडी कमी करू शकते.

सजग तंत्रज्ञान (स्मार्ट तंत्रज्ञान) : सजग तंत्रज्ञानाचा वापर जसे की, वाहतुक संवेदक (ट्रॅफिक सेन्सर) आणि ऊर्जा-कार्यक्षम प्रकाश योजना, नागरी भागातील कार्यक्षमता आणि टिकाऊपणा सुधारू शकते, नगर नियोजकांनी त्यांच्या योजनांमध्ये सजग तंत्रज्ञानाच्या एकत्रिकरणालाप्राधान्य दिले पाहिजे.

वरील घटकांना प्राधान्य देऊन शहरे त्यांच्या रहिवाशंसाठी अधिक टिकाऊ, राहण्यायोग्य आणि आनंददायक बनू शकतात.

समारोप

नागरी अर्थशास्त्राच्या अभ्यासामध्ये विषयासंबंधीत संकल्पना आणि सिद्धांत याचा अभ्यास करणे महत्त्वाचे व आवश्यक असते. या अभ्यासाने विषयातील विचारवंत आणि वेगवेगळ्या दृष्टिकोनांविषयी विश्लेषणात्मक अभ्यास करता येतो. त्याचबरोबर नवनवीन विचार तथा दृष्टिकोनांची निर्मिती अथवा विकास होतो. नागरी अर्थशास्त्रामध्ये नागरीकरणाचे किंवा नागरी वृद्धीचे वेगवेगळे सिद्धांत व संकल्पना वेगवेगळ्या अभ्यासकांनी व विचारवंतांनी मांडले आहेत. त्यामध्ये काही सिद्धांत हे परंपरागत सिद्धांत तर काही सिद्धांत हे आधुनिक सिद्धांत म्हणून अभ्यासले जातात. याप्रकरणात अशा दोन्ही वर्गीकृत सिद्धांतांचे विश्लेषण थोडक्यात दिले आहे. त्याचबरोबर नागरीकरण आणि जागतिकीकरण, व निरंतर नागरी विकास या संकल्पनांचे विश्लेषणसुद्धा अभ्यासकांसाठी थोडक्यात दिले आहे.

४

नागरी स्थानिक स्वराज्य संस्था-प्रशासन
(Urban Governance-Urban Local Bodies)

प्रस्तावना

लोकशाही व्यवस्थेत स्थानिक स्वराज्य संस्थांच्याद्वारा सत्तेचे विकेंद्रीकरण केले जाते. लोकशाहीत स्थानिक स्वराज्य संस्थांना अतिशय महत्त्व प्राप्त झाले आहे. आधुनिक काळात बहुतेक सर्वच देशांनी स्थानिक स्वराज्य संस्थांचा शासनाचा एक अविभाज्य भाग म्हणून स्वीकार केला आहे. नागरीकरणाच्या प्रक्रियेमध्ये नागरी भागात राहणाऱ्या लोकांना आवश्यक असणाऱ्या मूलभूत सोयीसुविधा उपलब्ध करून देण्यासाठी स्थानिक स्वराज्य संस्था अथवा प्रशासनाची भूमिका अत्यंत महत्त्वाची असते. भारतामध्ये देशपातळीवर केंद्र सरकार, राज्य पातळीवर राज्य सरकार आणि स्थानिक पातळीवर स्थानिक स्वराज्य संस्था प्रशासकीय कार्य पार पाडतात. त्यामध्ये नागरी क्षेत्रात महानगरपालिका, नगरपालिका, नगरपरिषद, नगरपंचायत, छावणी मंडळ इ.सारख्या वेगवेगळ्या स्थानिक स्वराज्य संस्था कार्यरत आहेत. नागरी अर्थशास्त्राच्या अभ्यासामध्ये या स्थानिक स्वराज्य संस्थाचा परिचय थोडक्यात खालीलप्रमाणे.

स्थानिक स्वराज्य संस्थाच्या विविध व्याख्या व अर्थ

गिलख्रिस्ट - स्थानिक संस्था या नियंत्रित संस्था असल्या तरी एका मर्यादा क्षेत्रात त्यांना कार्य करण्याचे स्वातंत्र्य असते.

कार्ल जे फ्रेडरिक - जर स्थानिक उद्देशाच्या दृष्टीने विचार केला तर स्वायत्त शासन स्थानिक समाजावरील अशी प्रशासकीय व्यवस्था आहे, की ती

व्यवस्थापनाच्या नियमाद्वारेच नियमित केली जाते व जोपर्यंत ती स्थानिक स्वरुपात सक्रिय असते, तोपर्यंत ती शासनाच्या सत्तेचे प्रतिनिधित्व करत असते.

एल. गोल्डिंग - स्थानिक शासन म्हणजे अशाप्रकारचे शासन की ज्यात एखाद्या ठिकाणची जनता स्वत:शी संबंधित असलेल्या विषयांचा स्वत:च प्रबंध करीत असते.

ब्रिटानिका ज्ञानकोश - स्थानिक स्व-शासन म्हणजे अंतर्गत दृष्ट्या प्रबंधित व लहान क्षेत्रात निर्णय घेऊन कार्यान्वित करणारी सत्ता होय.

आशीर्वादम् - स्थानिक शासन केंद्र सरकारच्या किंवा संघराज्यात राज्य सरकारच्या कायद्याद्वारे निर्मित अशी शासनसंस्था आहे, ज्यात शहर किंवा खेड्यासारख्या एका क्षेत्रातील जनतेद्वारे निवडलेले प्रतिनिधी असतात आणि ते आपल्या अधिकार क्षेत्राच्या मर्यादेत प्रदत्त अधिकाराचा उपयोग लोककल्याणासाठी करीत असतात.

स्थानिक स्वराज्य संस्थांची वैशिष्ट्ये

- स्थानिक शासनाची निर्मिती ही विधिमंडळाच्या कायद्यानेच केली जाते व त्या कायद्यातच त्याचे कार्यक्षेत्र स्पष्ट केलेले असते.
- स्थानिक लोकांना त्यांच्याशी संबंधित असलेल्या विषयांबाबत निर्णय घेण्याचा व स्थानिक प्रशासनात भाग घेण्याच अधिकार असतो.
- या संस्था काही प्रमाणात सरकारच्या नियंत्रणापासून मुक्त असून काही स्वतंत्र निर्णय घेऊ शकतात.
- या संस्थांचे स्वरुप बहुउद्देशीय असते.

४.१. नागरी स्थानिक प्रशासन (Urban Local Bodies - ULBs)

भारताच्या त्रिस्तरीय राजकीय व प्रशासकीय व्यवस्थेमध्ये स्थानिक पातळीवरील प्रशासकीय व्यवस्था म्हणजे स्थानिक स्वराज्य संस्था होत. यामध्ये ग्रामीण पातळीवर ग्रामपंचाय, ग्रामसभा, पंचायत समिती, जिल्हा परिषद इ.चा समावेश होतो. तर नागरी क्षेत्रामध्ये नगर पंचायत, नगरपरिषद, नगरपालिका, महानगरपालिका इ.चा समावेश होतो. त्याचबरोबर नागरी भागामध्ये काही ठिकाणी छावणी मंडळ/कटक मंडळ इ.प्रकारची प्रशासकीय व्यवस्था असते. याविषयाच्या अनुषंगाने नागरी स्थानिक स्वराज्य संस्थांचा परिचय थोडक्यात पुढीलप्रमाणे.

भारतातील २०११ मध्ये झालेल्या जनगणनेनुसार देशातील नागरी क्षेत्रांचे वर्गीकरण खालीलप्रमाणे केले जाते.

तक्ता क्र. ४.१. भारतातील लोकसंख्येनुसार नागरी क्षेत्राचे वर्गीकरण

स्थानिक स्वराज्य संस्था	वर्ग	लोकसंख्या निकष
महानगरपालिका	मोठे नागरी क्षेत्र	२ लाखहून अधिक
नगरपरिषद/नगरपालिका	अ	१.५ लाख से २ लाख
	ब	१ लाख ते १.५ लाख
	क	०.४० लाख ते १ लाख
नगरपंचायत	संक्रमीत छोटे नागरी क्षेत्र	१२ हजार ते ४० हजार

(स्त्रोत - https://cag.gov.in/uploads/download_audit_report/2022/5-Chapter-3 access dt 24/12/2024)

भारतात डिसेंबर २०१९ मध्ये एकूण ४८५२ नागरी स्थानिक स्वराज्य संस्था होत्या. त्यामध्ये उत्तरप्रदेशात सर्वाधिक ७६३ नागरी स्थानिक स्वराज्य संस्था होत्या.

(अ) महानगरपालिका : महानगरपालिका एक राजकीय संस्था आहे. त्या कायद्याने निर्माण केलेल्या असून त्यांच्या निर्मितीसाठी जनसंमतीची गरज नसते. राज्याची शाखा अथवा प्रतिनिधी या नात्याने त्यांना शासकीय सत्ता प्राप्त झालेली असते. जनकल्याणाच्या विश्वस्त म्हणून त्यांना काही हक्क, विशेष सवलती आणि सत्ता प्राप्त झालेली असते. जरी महानगरपालिका स्वतंत्र संस्था म्हणून कार्ये करत असल्या तरी त्यांना काही मर्यादा पालन कराव्या लागतात. या महानगरपालिकांची सर्वसाधारण वैशिष्ट्ये पुढीलप्रमाणे.

महानगरपालिका निश्चित अशा लोकवस्तीसाठी निर्माण केली जाते, ही एक राजकीय संस्था असते, स्थानिक व अंतर्गत बाबींच्या नियमन आणि प्रशासनासाठी राज्याच्या शासनाला साह्य करण्याच्या हेतूने त्यांची निर्मिती केली जाते, तिच्या कार्यक्षेत्रातील कायदे-नियम करण्याचा तिला दुय्यम अधिकार असतो, परंतु याबाबात राज्यशासनाचा निर्णय अंतिम असतो, कायदेशीरदृष्ट्या महानगरपालिका एक व्यक्ती असते त्यामुळे तिला न्यायप्रविष्टतेचा (न्यायालयाकडे दाद मागण्याचा) अधिकार असतो.

भारतामध्ये १९९३ साली लागू झालेल्या ७४ व्या घटनादुरुस्तीनुसार घटक राज्याच्या राज्यपालांना शहरी स्थानिक स्वराज्य संस्था निर्माण करण्याचा अधिकार दिलेला आहे. त्यामुळे देशात वेगवेगळ्या राज्यात महानगरपालिका निर्मितीचे निकष वेगवेगळे असलेले पहावयास मिळतात. परंतु सामान्यत: महानगरपालिका निर्मितीसाठी लोकसंख्या हा महत्त्वाचा निकष वापरला जातो.

महाराष्ट्रामध्ये साधारणत: २२ महानगरपालिका आहेत त्यामध्ये - मुंबई, नवी-मुंबई, पुणे, पिंपरी-चिंचवड, नाशिक, नागपूर, औरंगाबाद, कोल्हापूर, सोलापूर, ठाणे, कल्याण-डोंबिवली, अमरावती, उल्हासनगर, सांगली-मिरज-कुपवाडा, नांदेड-वाघाळा, भिंवडी-निजापूर, मीरा-भाईंदर, जळगाव, अकोला, धुळे, मालेगाव, अहमदनगर इ.चा समावेश आहे.

महानगरपालिकांच्या कार्यांचे वर्गीकरण दोन गटात केले जाते. एक म्हणजे अनिवार्य कार्ये आणि दुसरे म्हणजे ऐच्छिक कार्ये.

अनिवार्य कार्ये : महानगरपालिकेची अनिवार्य कार्ये पुढीलप्रमाणे.

शहराच्या सीमा निश्चित करणे, पिण्याच्या पाण्याची सोय करणे, सांडपाण्याची व्यवस्था करणे व सार्वजनिक स्वच्छतागृहे बांधणे, सार्वजनिक दवाखाने व संसर्गजन्य रोगांचे नियंत्रण करणे, केरकचऱ्याची विल्हेवाट लावणे, सार्वजनिक साफसफाई करणे, दिवाबत्तीची सोय करणे, घरे, रस्ते, सार्वजनिक स्थळे यांना नावे देणे व क्रमांक देणे, बाजारतळ व कत्तलखाने यांची उभारणी, विद्युतदाहिनी तथा स्मशानभूमी इ.ची व्यवस्था, झोपडपट्ट्यांचे निर्मूलन करणे,जन्ममृत्यू नोंद ठेवणे, प्राथमिक शिक्षणाची व्यवस्था करणे, सार्वजनिक हितास बाधक व्यवसायांचे उच्चाटन करणे, रोगप्रतिबंधक लसीकरण मोहिमा राबविणे, सार्वजनिक इमारती व स्थळांचे रक्षण करणे, अग्निशामक दलाची व्यवस्था करणे इ.

ऐच्छिक कार्ये : वृक्षारोपण व उद्योने क्रिडांगणे इ.ची व्यवस्था करणे, प्रसुतिगृहे व बालकल्याण गृहे बांधणे, अपंग, अंध, बहिरे, मुके, असाहाय्य यांच्यावर उपचार करणे व त्यांना स्वावलंबी होण्यासाठी प्रशिक्षण देणे, रूग्णवाहिका सेवा उपलब्ध करणे, सार्वजनिक पोहण्याचे तलाव बांधणे, व्यायामशाळा बांधणे, प्राथमिक शिक्षणाव्यतिरिक्त अन्य शिक्षणाची सोय करणे, रेल्वे, बस वाहतूक इ. सेवांची सोय करणे, जनावरांसाठी रूग्णालये, माहिती केंद्रे स्थापन करणे, रस्ते बांधणे, पाणपोई इ. सोय करणे, दुध डेअरी, गरोदर माता व बालके यांना दुधाची सोय करणे, वीज पुरवठा, स्वयंपाकाचा गॅस इ. ची सोय करणे, अन्न, पाणी,

औषधे तपासणी प्रयोगशाळेची सोय करणे, विवाह नोंदणीची सोय करणे, पशुसंवर्धन व गायराने उभारणी, खतनिर्मितीचे प्रकल्प उभारणे, गरीबांसाठी घरे बांधणे व घर बांधणीला कर्ज पुरवठा करणे, भटक्या जनावरांचे नियंत्रण करणे, महानगरपालिका कर्मचाऱ्यांच्या कल्याणासाठी उपाययोजना करणे, त्यांच्यासाठी निवासस्थाने बांधणे, वाहनांसाठी सार्वजनिक तळाची सोय, नाट्यगृहे, विश्रामगृहे, ग्रंथालय इ.ची स्थापना व व्यवस्थापन करणे, आपत्ती व्यवस्थापन करणे इ.

प्रशासकीय समस्या : महानगरपालिकांचे क्षेत्र सातत्याने वाढू लागले आहे. त्यामुळे अस्तित्वात असलेल्या नागरी स्थानिक स्वराज्य संस्था कार्ये पार पाडण्यासाठी अपुऱ्या पडू लागल्या आहेत. त्यांच्यामध्ये सुधारणा करणे आवश्यक झाले आहे. प्रत्येक महानगरपालिका क्षेत्रात वेगवेगळ्या प्रकारच्या अनेक नागरी संस्था आहेत उदा. पुणे महानगरपालिकेमध्ये पुणे छावणी व खडकी छावणी मंडळ (पुणे व खडकी कॅन्टोमेंट बोर्ड) आहे. अनेक प्रशासकीय तज्ञांच्या मते महानगरीय क्षेत्रात अशा वेगवेगळ्या प्रकारच्या नागरी शासन संस्था असणे योग्य होत नाही. काही महानगरपालिकांना त्यांच्या आजुबाजूच्या क्षेत्रातील लोकांच्या कामाचा व खर्चाचा ताण सहन करावा लागतो. त्यामुळे तेथील नागरी सुविधांवर अतिरिक्त ताण येतो. महानगरपालिका क्षेत्रामध्ये अशाप्रकारच्या विविध प्रशासकीय समस्या असल्याचे आढळून येते.

(ब) नगरपालिका/नगरपरिषद : बळवंतराय मेहता समितीने १० हजार व त्यापेक्षा अधिक लोकसंख्या असलेल्या नागरी वस्तीसाठी नागरी व त्यापेक्षा कमी लोकसंख्या असलेल्या वस्तीसाठी ग्रामीण असे स्थानिक स्वराज्य संस्थांचे विभाजन केले होते. भारतातील वेगवेगळ्या घटक राज्यात नगरपालिकांचे वर्गीकरण वेगवेगळ्या निकषांच्या आधारे केले जाते. महाराष्ट्रामध्ये फक्त लोकसंख्येच्या आधारे नागरी क्षेत्राचे वर्गीकरण केले जाते ते पुढीलप्रमाणे.

- अ दर्जा नगरपालिका लोकसंख्या १ लाखापेक्षा अधिक
- ब दर्जा नगरपालिका लोकसंख्या ४०,००१ ते १ लाख
- क दर्जा नगरपालिका लोकसंख्या २५ हजार ते ४० हजार

या नगरपालिकांची कार्येसुद्धा जवळपास महानगरपालिकांप्रमाणेच अनिवार्य व ऐच्छिक कार्ये याप्रकारात वर्गीकृत केली जातात.

(क) नगरपंचायत : ७४ व्या घटनादुरुस्ती कलम २४३(क्यू) च्या खंड (२) मधील उल्लेखानुसार ग्रामीण क्षेत्राकडून नागरी क्षेत्राकडे संक्रमित होत असलेल्या

भागात नगरपंचायतीची स्थापना राज्यसरकार करू शकते. परंतु असे क्षेत्र 'अ' वर्ग नगरपालिकांपासून १६ कि.मी. हून अधिक अंतरावर नसावे असा नियम आहे. महाराष्ट्रात या क्षेत्राची लोकसंख्या १० हजार ते २५ हजार असावी आणि अकृषक रोजगाराचे प्रमाण ५० टक्कहून कमी नसावे असे निकष आहेत.

४.२ छावणी मंडळ/कटक मंडळ (Cantonment Board)

भारतामध्ये १९२४ च्या कायद्यानुसार छावणी मंडळ या नागरी स्थानिक स्वराज्य संस्था स्थापन झाल्या आहेत. जगामध्ये हा नागरी प्रशासनाचा प्रकार फक्त भारत, बांग्लादेश, पाकिस्तानमध्ये पहावयास मिळतो. भारतामध्ये एकूण ७२ छावणी मंडळे आहेत. तर महाराष्ट्रामध्ये पुणे, खडकी, देहू रोड, भिंगार, देवळाली, औरंगाबाद (छत्रपती संभाजीनगर), कामठी फक्त या सात ठिकाणी छावणी मंडळे आहेत. भारतातील या **छावणी मंडळाची सर्वसाधारण वैशिष्ट्ये** खालीलप्रमाणे.

- छावणी मंडळाचे नियमन व नियंत्रण भारत सरकारच्या संरक्षण खात्याकडून केले जाते. इतर स्थानिक स्वराज्य संस्थांचे नियंत्रण राज्य सरकारकडून केले जाते.
- संरक्षण खात्याकडून छावणी मंडळांना खर्चासाठी अनुदान प्राप्त होते.
- छावणीचे प्रमुख म्हणून सेनाधिकारी व अन्य अधिकारी छावणी मंडळामध्ये नियुक्त केले जातात.
- संरक्षणखात्यासंबंधीचे हितसंबंध जपण्यासाठी निर्वाचित लोकप्रतिनिधींच्या अधिकार व कार्यास या छावणी मंडळात कायदेशीर मर्यादा आहेत.
- छावणी मंडळ ही नगर निगम निकाय (एक व्यक्तीभूत) आहे. तिला मालमत्ता धारण करण्याचा हक्क आहे. प्रसंगी छावणी मंडळास न्यायालयाकडे दाद मागता येते.

भारतामध्ये छावणी मंडळाचे लोकसंख्येनुसार पुढील तीन श्रेणीमध्ये वर्गीकरण केले जाते.

- प्रथम श्रेणी छावणी मंडळ — १० हजारहून अधिक लोकसंख्या
- द्वितीय श्रेणी छावणी मंडळ — २५०० ते १० हजार लोकसंख्या
- तृतीय श्रेणी छावणी मंडळ — २५०० पेक्षा कमी लोकसंख्या

भारतातील छावणी मंडळ या स्थानिक स्वराज्य संस्थेची कार्येसुद्धा

नगरपालिका, महानगरपालिकाप्रमाणेच दोन गटात विभागलेली आहेत. एक म्हणजे अनिवार्य कार्ये आणि दुसरे म्हणजे ऐच्छिक कार्ये.

छावणी मंडळाची **अनिवार्य कार्ये** पुढीलप्रमाणे.

- सांडपाण्याच्या नाल्यांची व साफसफाईची व्यवस्था करणे.
- खाद्य पदार्थ विक्री व भोजनालयासंबंधी नियम करणे.
- अनैतिकतेला आळा घालण्यासाठी अवैध व समाजविघातक व्यवसायांना आळा घालणे.
- मादक पदार्थ व अन्य घातक वस्तूंच्या व्यापाराचे नियमन करणे.
- शुद्ध पिण्याच्या पाण्याची सोय करणे.
- दिवाबत्तीची सोय करणे.
- स्मशानभूमिची सोय करणे.
- जुन्या रस्त्यांची दुरुस्ती करणे व नविन रस्ते करणे.
- धोक्याच्या इमारती नष्ट करणे.
- जन्ममृत्यूची नोंद करणे.
- अग्निशमन दलाची व्यवस्था करणे.
- दवाखाने, लसीकरण मोहिम इ. व्यवस्था करणे.
- प्राथमिक शिक्षणाची व्यवस्था करणे इ.

छावणी मंडळाची ऐच्छिक कार्ये पुढीलप्रमाणे.

- रस्त्याच्या दुतर्फा वृक्ष लावणे व त्यांचे संवर्धन करणे.
- मनोरंजनासाठी सोयी करणे.
- वाहतूक व्यवस्था अद्ययावत करणे.
- सर्वत्र विद्युत व्यवस्था करणे. झोपडपट्ट्यांचे निर्मूलन करणे.
- जनगणना करणे.
- सार्वजनिक बागा, ग्रंथालये इ. ची व्यवस्था करणे.
- सार्वजनिक गृहसंकुलांची उभारणी करणे.

४.३ स्थानिक स्वराज्य संस्थांचे वित्तीय स्त्रोत (Local Body Finance)

देशात स्थानिक स्वराज्य संस्थांचे काही स्वनिर्मित वित्तीय स्त्रोत होते. त्यामध्ये जकात कर, मालमत्ता कर इत्यादी सारखे प्रमुख स्त्रोत होते. परंतु यापैकी काही कर आता वस्तू व सेवा कर लागू झाल्याने कमी झाले असून त्याऐवजी या स्वराज्य

संस्थांना केंद्र व राज्य सरकारकडून अनुदान स्वरूपात वित्तीय मदत मिळते. देशातील नागरी स्थानिक स्वराज्य संस्थांच्या वेगवेगळ्या वित्तीय स्त्रोतांचे कल विश्लेषण खालीलप्रमाणे.

तक्ता क्र. ४.२. नागरी स्थानिक स्वराज्य संस्थांचे वित्तीय स्त्रोत व त्यांचे प्रवृत्ती/कल विश्लेषण

(रु. कोटीत)

वर्ष	अनुदान	स्व-महसूल	नियमित महसूल	एकूण महसूल	स्व-महसूल टक्के
२०१५-१६	१,१२२.६५	१,१००.५५	४९२.२५	२,७१५.४५	४०.५३
२०१६-१७	२,१२०.०४	१,०९६.७२	६०२.९८	३,८१९.७४	२८.७१
२०१७-१८	३,१३०.०५	१,२४७.११	१,३७१.२०	५,७४८.३३	२१.७
२०१८-१९	१,३४८.९१	१,६६१.८३	७६१.८३	३,७७२.५७	४४.०५
२०१९-२०	२,२७९.७७	८७६.३६	७०३.६८	३,८५९.८१	२२.७
एकूण	१०,००१.३९	५,९८२.५७	३,९३१.९४	१९,९१५.९०	३०.०४

(स्त्रोत - https://cag.gov.in/uploads/download_audit_report/2022/Chapter-VI access dt 24/12/2024)

आलेख क्र.४.१. स्थानिक स्वराज्य संस्थांच्या स्वमहसूलाचे एकूण महसूलातील प्रमाण

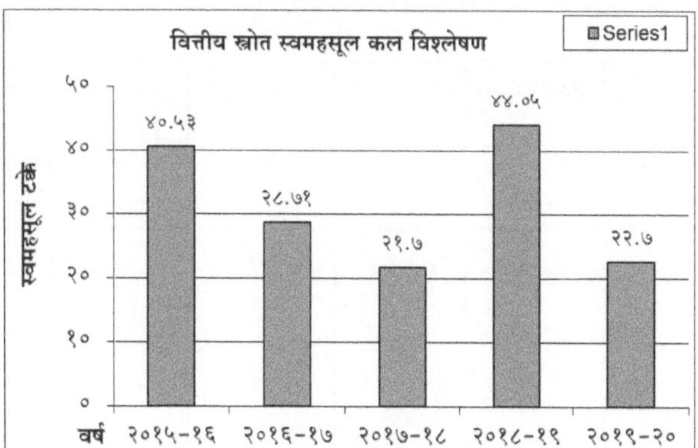

(स्त्रोत - तक्ता क्र. ४.२)

तक्ता क्र. ४.३. नगरपालिकांचा महसूली जमा व खर्च

(रु.कोटीत)

तपशील	२०१९-२०	२०२०-२१	२०२१-२२	२०२२-२३ (सु.अं)	२०२३-२४ (अं.अं)
महसूली जमा	१,११,३०८	१११,८९१	१,३७,०५८	१,४२,१७८	१,७०,७२२
महसूली खर्च	१,०६,३९४	१,१०,८५७	१,२३,२०१	१,३१.६०८	१,४९,९०३
महसूली शिल्लक/तूट	४,९१४	१,०३४	१३,८५७	१०,५७०	२०,८१९

(स्रोत - Reports on Municipal Finances, Reserve Bank of India, November 2024, Pg.11 https://rbidocs.rbi.org.in)

सु.अं = सुधारीत अंदाज (Revised Estimate)

अं.अं. = अंदाजपत्रकीय अंदाज (Budget Estimate)

नगरपालिकांच्या वरील महसूली जमामध्ये (१) स्व-कर महसूल, (२) स्व-बिगर कर महसूल, (३) हस्तांतर महसूल या घटकांचा समावेश आहे. नागरी स्थानिक प्रशासकीय संस्थांच्या महसूली जमा खर्चात सातत्याने वाढ होत असली तरीही देशपातळीवरील या प्रशासकीय संस्थांचा हा महसूली जमा-खर्च शिल्लक दर्शविणारा आहे.

तक्ता क्र. ४.४. नगरपालिकांचा बिगर कर महसूल (Non-tax Revenue)

(रु.कोटीत)

तपशील	२०१९-२०	२०२०-२१	२०२१-२२	२०२२-२३ (सु.अं)	२०२३-२४ (अं.अं)
एकूण	३५,३२४	२९,४७२	४९,८४०	४२,७५४	५४,५०३
मालमत्ता भाडे उत्पन्न	१,६६६	१,५२३	१,८३९	२,१७९	३,१४६
फी व वापर आकार (चार्जेस)	२०,८६७	१६,७५६	३७,३७८	२६,९०८	३४,४२६

विक्री व भाडे आकार (चार्जेस)	२७४	५२९	५०८	८७६	१,७३८
गुंतवणूक उत्पन्न	५,३४१	३,३२२	३,२८४	३,७७७	४,५९६
कर्जावरील मिळालेले व्याज	८२२	६७१	४६५	३८३	४१०
इतर उत्पन्न	६,३५७	६,५७०	६,३६६	८,६३०	१०,१८६

(स्त्रोत - Reports on Municipal Finances, Reserve Bank of India, November 2024, Pg.11 https://rbidocs.rbi.org.in)

तक्ता क्र. ४.५. नगरपालिका/स्थानिक स्वराज्य संस्थांना केंद्र व राज्य सरकारकडून मिळणारे अनुदान

(रु.कोटीत)

मिळणारे अनुदान	२०१९-२०	२०२०-२१	२०२१-२२	२०२२-२३ (सु.अं)
केंद्राकडून नगरपालिकांना एकूण अनुदान	१३,८९१	१४,३१६	११,७९५	१४,७३१
केंद्र वित्त आयोगाकडून अनुदान	५,३८६	७,०९९	६,०७६	७,०६७
केंद्र सरकारद्वारा वित्त आयोग व्यतिरिक्त	८,४९५	७,२१६	५.७१९	७,६६४
राज्य सरकारद्वार एकूण अनुदान	३२,१४८	३३,५४८	३४,७७२	४१,८७२
राज्य वित्त आयोगाकडून अनुदान	६,८६१	७,१६८	६,५९२	८,६०५
राज्य वित्त आयोगाव्यतिरिक्त अनुदान	२५,२८७	२६,३८०	२८,१८०	३३,२६७
केंद्रीय अंदाजपत्रकात नमूद केल्यानुसार ULBs ना वित्त आयोगाकडून अनुदान	२५,०९८	२६,७१०	१६,१४७	१७,७७९

(स्त्रोत - Reports on Municipal Finances, Reserve Bank of India, November 2024, Pg.12)

स्थानिक स्वराज्य संस्थांना केंद्र सरकारकडून व राज्य सरकारकडून वित्त आयोगाद्वारे अनुदान दिले जाते. वित्त आयोगाशिवायही केंद्र व राज्य सरकारकडून

अनुदान दिले जाते.

तक्ता क्र. ४.६. नगरपालिकांच्या वित्तीय स्त्रोतांचे एकूण महसूलातील गुणोत्तर (टक्के)

महसूली स्त्रोत	२०१९-२०	२०२०-२१	२०२१-२२	२०२२-२३ (सु.अं)	२०२३-२४ (अं.अं)
स्व-महसूल/एकूण महसूल	५९.०	५५.२	६१.४	५९.७	६१.९
कर महसूल/एकूण महसूल	२७.३	२८.९	२५.१	२९.६	३०.०
मालमत्ता कर/एकूण महसूल	१६.५	१७.७	१३.४	१८.३	१९.०
राज्य हस्तांतर/एकूण महसूल	३०.३	३०.२	२७.०	३०.०	२८.७
कें द्र सरकार हस्तांतर/एकूण महसूल	२.७	३.६	२.७	२.५	२.५
केंद्र व राज्य हस्तांतर/एकूण महसूल	३३.०	३३.८	२९.७	३२.५	३१.३

(स्त्रोत - Reports on Municipal Finances, Reserve Bank of India, November 2024, Pg.12)

तक्ता. क्र. ४.७. महापालिकांचा खर्च (रु.कोटीत)

तपशील	२०१९-२०	२०२०-२१	२०२१-२२	२०२२-२३ (सु.अं)	२०२३-२४ (अं.अं)
एकूण खर्च (अ+ब)	२,४२,५५५	२,७९,८७६	३,११,१५८	३,४०,२८६	३,८०,३०६
(अ) एकूण महसूली खर्च	१,०६,३९४	१,१०,८५७	१,२३,२०१	१,३१,६०८	१,४९,९०३
(ब) एकूण भांडवली खर्च	१,३६,१६२	१,६९,०२०	१,८७,९५८	२,०८,६७८	२,३९,४०३

(Reports on Municipal Finances, Reserve Bank of India, November 2024, Pg.15)

महसूली खर्च : त्यामध्ये आस्थापना खर्च-वेतन, निवृत्तीवेतन इ., प्रशासकीय खर्च, कार्यात्मक व दुरुस्ती-देखभाल खर्च, व्याज व वित्तीय आकार

(चार्जेस), कार्यक्रम खर्च, महसूल अनुदान, योगदान व सूट, किरकोळ खर्च, इतर खर्च समाविष्ट आहे.

भांडवली खर्च : त्यामध्ये स्थावर मालमत्ता, चालू कामातील भांडवल, सामान्य निधी गुंतवणूक, इतर निधी गुंतवणूक, हातातील शिल्लक, कर्ज-अग्रीम व ठेवी, इतर मालमत्ता यांचा समावेश होतो.

समारोप

केंद्र सरकारकडे महत्त्वाच्या आणि राष्ट्रीय स्वरूपाच्या विषयांचे प्रशासन असते व सरकार या विषयांचे उत्तमरित्या प्रशासन करू शकते. स्थानिक जनतेकडे स्थानिक स्वरूपाचे विषय सोपविल्याने त्या विषयांबाबत त्याच पातळीवर योजना तयार करणे, कार्यक्रम तयार करणे व त्या त्या क्षेत्रात ते अंमलात आणणे सोयीचे होते. अशाप्रकारे प्रादेशिक पातळीनुसार कार्याची वाटणी होते व स्थानिक तसेच राष्ट्रीय पातळीवर कार्यक्षम प्रशासन निर्माण करता येते. स्थानिक स्वरूपाच्या गरजांचे ज्ञान त्या ठिकाणच्या जनतेला चांगल्याप्रकारे असते. ते दूरवर असलेल्या केंद्र सरकारला होत नाही. या गरजांची निकड, स्वरूप व व्याप्ती स्थानिक क्षेत्रापुरतीच असते. जर स्थानिक गरजाही केंद्र सरकारकडे सोपविल्या तर त्या पूर्ण करणे त्या सरकारला शक्य होत नाही. जर स्थानिक शासन असेल तर स्थानिक गरजांची पूर्ती त्वरित व चांगल्या प्रकारे होईल. तसेच जनता मोठ्या प्रमाणात सहकार्य करील.

५

नागरी समस्या
(Urban Problems)

प्रस्तावना

नागरी अर्थशास्त्र विषयाच्या अध्ययनामध्ये संकल्पना, सिद्धांत, त्याचे विवेचन, विश्लेषण याचा अभ्यास करत असताना त्यामधील बदल, त्यामध्ये होणारी वृद्धी अथवा घट म्हणजे त्यातील प्रवृत्ती/कल विश्लेषण, तुलनात्मक विश्लेषण अशा विविध पातळ्यांवर अभ्यास केला जातो. भारतामध्ये ब्रिटिशकाळात औद्योगिक विकासाबरोबरच व्यापार, शिक्षण इत्यादीसारख्या सुविधा उपलब्ध असणाऱ्या ठिकाणी मोठ्याप्रमाणात नागरीकरणास सुरुवता झाली होती. मुंबईमध्ये असलेले सागरी बंदर, रेल्वे मार्ग, कापड गिरण्या इत्यादीमध्ये रोजगरासाठी आजूबाजूच्या म्हणजे कोकण परिसरातून मोठ्याप्रमाणात लोक स्थलांतरीत होऊन नागरीकरणामध्ये मोठ्याप्रमाणात वाढ झाली. स्वातंत्र्योत्तरकाळात उद्योगधंद्यांच्या वाढीबरोबरच रोजगाराच्या इतर क्षेत्रातील संधी प्राप्त करण्यासाठी नागरीकरणामध्ये मोठ्याप्रमाणात वाढ होण्यास सुरुवात झाली. शहरातील वाढती लोकसंख्या, मर्यादित सोयीसुविधा यांवर मोठ्याप्रमाणात ताण निर्माण झाला. तेथे राहत्या घरांचा प्रश्न, वाहतुकीची समस्या, कचऱ्याची समस्या, प्रदूषणाची समस्या इ.सारख्या वेगवेगळ्या समस्या, निर्माण झाल्या. त्याचा नागरी जीवनावर विपरीत परिणाम देखील होऊ लागला. अशा वाढत्या नागरी समस्या आणि तेथील स्थानिक प्रशासन याचा नागरी समाजशास्त्र व आता नागरी अर्थशास्त्र याविषयाच्या अनुषंगाने नागरी समाजातील विविध समस्या आणि त्यावरील धोरणात्मक उपाययोजना यांचा देखील

अभ्यास केला जाऊ लागला आहे. त्यादृष्टीकोनातून याप्रकरणात नागरी भागातील काही प्रमुख निवडक समस्या आणि त्यावरील धोरणात्मक उपाययोजना यांचा ऊहापोह खालीलप्रमाणे केला आहे.

५.१ नागरीकरण आणि झोपडपट्टीची समस्या (Urbanisation and Slum Areas)

नागरीकरणाच्या प्रक्रियेतील अत्यंत महत्त्वाची समस्या म्हणून झोपडपट्टीच्या समस्येचा अभ्यास केला जातो. केवळ भारतातच नव्हे तर जगातील जवळपास सर्व विकसित व विकसनशील देशातील नागरी भागात झोपडपट्टी निर्माण झाल्याचे दिसून येते. भरातातील बहुतेक सर्व शहरात झोपडपट्ट्यांचे प्रमाण वाढत असल्याचे दिसून येते. झोपडपट्टी निर्मूलनासाठी नेमण्यात आलेल्या समितीने भारतातील औद्योगिक शहरात जवळपास ६० ते ७० टक्के लोक झोपडपट्टीत राहात असल्याचे म्हटले आहे. भारतातील विविध शहरात झोपडपट्ट्यांना वेगवेगळ्या नावाने संबोधले जाते. मुंबईमध्ये त्यास चाळ अथवा झोपडपट्टी, दिल्लीमध्ये त्यास बस्ती, चेन्नईमध्ये चेरी, कोलकतामध्ये बस्ती, तर कानपूरमध्ये अहाता इ. वेगवेगळ्या प्रकारची नावे असल्याचे आढळून येते. भारतातील या झोपडपट्टीच्या समस्येचा अभ्यास करण्यासाठी **झोपडपट्टी अथवा गलिच्छ वस्ती म्हणजे काय? त्याचा अर्थ** खालीलप्रमाणे पाहू.

भारत सेवक समाज यांच्या मते, विस्कळीत स्वरूपात वसलेल्या, अव्यवस्थिपणे विकसित झालेल्या क्षेत्रास झोपडपट्टी म्हटले जाऊ शकते. तसेच सर्वसाधारणपणे त्या क्षेत्रात लोकसंख्या अधिक व दाटीवाटीची असते, घरे मोडकी-तोडकी असतात व त्यांच्या दुरुस्तीकडे दुर्लक्ष केले जाते.

संयुक्त राष्ट्रसंघ यांच्या मते, अतिगर्दी, अनारोग्याची स्थिती आणि सुविधांचा अभाव ह्या वैशिष्ट्याने युक्त असलेल्या घरांचा समुह किंवा क्षेत्र म्हणजे झोपडपट्टी अथवा गलिच्छ वस्ती होय. या स्थितीमुळे किंवा यापैकी कोणत्या तरी एकामुळे तेथे राहणाऱ्या लोकांच्या आरोग्यास, सुरक्षिततेस किंवा नैतिकतेस धोका निर्माण होतो.

ई.ई. बरगेल यांच्या मते, झोपडपट्टी हे शहरातील असे क्षेत्र असते की जेथे निवासाची स्थिती निम्न दर्जाची असते.

[5]भारतातील जनगणना २०११ अनुसार, जनगणेच्या उद्देशाने झोपडपट्टी एक निवासी क्षेत्र म्हणून परिभाषित केले आहे. जेथे मानवी वस्तीसाठी अयोग्य, जीर्णता, गर्दी, सदोष व्यवस्था आहे आणि अशा इमारतींमध्ये नियोजन, अरुंद किंवा सदोष आहे, रस्त्यांची व्यवस्था, वायुवीजन नसणे, प्रकाश किंवा स्वच्छता सुविधा किंवा यापैकी कोणतेही संयोजन सुरक्षिततेसाठी हातिनकारक असणे अशी निवासी वस्ती होय.

भारतामध्ये जनगणनेच्या उद्देशाने **झोपडपट्टींचे वर्गीकरण** खालील तीन प्रकारामध्ये केले आहे.

- नोंदणीकृत/अधिसूचित (Notified Slum) केलेले झोपडपट्टी क्षेत्र - हे राज्य, केंद्रशासित प्रदेश, प्रशासन किंवा स्थानिक शासन यांनी गलिच्छ वस्ती तथा झोपडपट्टी कायद्यानुसार नोंदणीकृत केलेले क्षेत्र होय.
- मान्यता दिलेले झोपडपट्टी क्षेत्र (Recognised Slum) - राज्य, केंद्रशासित प्रशासन किंवा स्थानिक शासन, निवासी आणि झोपडपट्टी मंडळ की जे कोणत्याही कायद्यानुसार सूचित केले गेले नाही असे सर्व क्षेत्र.
- ओळख/चिन्हांकित केलेले झोपडपट्टी क्षेत्र (Identified Slum) - अरुंद भाग जेथे लोकसंख्या कमीत कमी ३०० किंवा जवळपास ६०-७० घरे दाटीवाटीने असतील, जेथे आरोग्यास अपायकारक हवामान असेल, तसेच पिण्याचे पाणी, सांडपाणी, दळणवळणाचा अभाव असे क्षेत्र.

झोपडपट्टी क्षेत्राची वैशिष्ट्ये - भारतातील झोपडपट्टी अथवा गलिच्छ वस्तीची वैशिष्ट्ये खालीलप्रमाणे.

झोपडपट्टीचे स्थान व स्वरूप - ही वस्ती शहरातील किंवा शहरालगतच्या मोकळ्या जागेवर बहुधा अनधिकृतपणे वसलेली असते. बहुतेक शहरातील झोपडपट्टीचे स्वरूप हे साधारणपणे सारखेच दिसून येते. त्यामध्ये बांबू, लाकडाचे तुकडे, तट्टर, दगड, माती, पत्रे, विटा व इतर टाकाऊ वस्तूंचा वापर झोपडी उभारण्यासाठी केला जातो. त्या बांधकामात कोणतीही शिस्तबद्धता दिसून येत नाही. रस्ते अत्यंत अरुंद असतात, त्यातच सांडपाणी व इतर पाणी सोडल्याने भोवताली दलदल दिसून येते.

---

[5] Housing Stock, Amenities & Assets in Slums – Census 2011, Registrar General & Census Commissioner, India, www.censusindia.gov.in

आर्थिक दर्जा - झोपडपट्टीतील बहुतेक लोक गरीब असल्यामुळे मुलांना शिक्षण देऊ शकत नाहीत. चांगली नोकरी किंवा उद्योगधंदा करू शकत नाहीत. क्वचित काही लोकांचे उत्पन्न चांगले असते. गरीबीमुळे ते आपल्या कुटुंबाच्या मूलभूत गरजा देखील भागवू शकत नाहीत. त्यांचे राहणीमान अत्यंत निकृष्ट प्रतीचे असते.

अतिगर्दी - शहरातील झोपडपट्टीच्या परिसरात घरांची गर्दी तर असतेच शिवाय प्रत्येक झोपडीत साधारणत: ५-७ माणसे राहतात. त्यामुळे त्या परिसरात माणसांची देखील खूप गर्दी असते. बाहेरून नव्याने झोपडपट्टीत राहण्यासाठी येणाऱ्या माणसांची संख्या सतत वाढत असते. तेथील रहिवाशी बहुतेक कोणीही बाहेर जाण्याची शक्यता नसते. त्यामुळे तेथे सातत्याने गदीत भर पडते.

लोकसंख्या - झोपडपट्टीतील लोकांची आर्थिक परिस्थिती गरीब असते. शिक्षणाचे प्रमाणही कमी असते. त्यांना कनिष्ठ दर्जाची कामे करावी लागतात. त्यांच्या कुटुंबातील सदस्यांची संख्याही मोठी असते. त्यामुळे तेथे लोकसंख्येची घनता अधिक असते.

आरोग्य - झोपडपट्टीत आरोग्यविषयक सुविधांची बहुधा वानवा असते. पाणीपुरवठा अपुरा असतो. सांडपाणी व्यवस्था अपुरी असते. तेथे दलदल, घाण असते. त्यामुळे तेथील हवामान दूषित होते. तसेच तेथील लोकांना आरोग्यविषयक सुविधांचा लाभ मिळत नाही. जन्म-मृत्यूचे प्रमाणही व्यस्त असते.

नैतिकता - आर्थिक परिस्थिती गरिबीची, शिक्षणाची कमतरता, इतर चांगल्या लोकांपासून वंचित राहावे लागते. सतत होणाऱ्या त्रासातून मुक्तता म्हणून दारू, विडी, सिगारेट यांसारख्या व्यसनांची वाढती संख्या. त्यामुळे नैतिकतेचाही अभाव दिसून येतो.

भारतामध्ये २०११ च्या जनगणनेनुसार देशातील एकूण २६१३ शहरामध्ये २९कोटी १८लाख ३८हजार १२४ (२९,१८,३८,१२४) लोकसंख्येपैकी ६कोटी ५४लाख ९४हजार ६०४ (६,५४,९४,६०४) एवढी लोकसंख्या झोपडपट्टीत राहणारी होती. भारतातील झोपडपट्टीत राहणाऱ्या या लोकसंख्येचे देशातील विविध राज्यातील प्रमाण खालीलप्रमाणे.

तक्ता क्र. ५.१. भारतातील नागरी लोकसंख्येपैकी झोपडपट्टीतील लोकसंख्येचे प्रमाण (वर्ष २०११)

राज्य	लोकसंख्या (%)	राज्य	लोकसंख्या (%)
दादरा-नक्षर-हवेली	-	दमण-दीव	-
लक्षद्वीप	-	मणीपूर	-
आंध्रप्रदेश	३६.१	छत्तीसगढ	३१.९८
मध्यप्रदेश	२८.३५	महाराष्ट्र	२३.३२
ओडिशा	२२.२८	पश्चिम बंगाल	२२.०६
सिक्कीम	२०.४३	जम्मू-कश्मीर	१९.२८
हरयाणा	१८.८	पुद्दूचेरी	१६.९५
तमिळनाडू	१६.६१	उत्तराखंड	१५.९१
त्रिपुरा	१४.५४	नागालँड	१४.४२
पंजाब	१४.०४	उत्तरप्रदेश	१४.०२
कर्नाटक	१३.९३	मिजोराम	१३.७४
राजस्थान	१२.९३	दिल्ली	१०.९१
बिहार	१०.५३	अंदमान-निकोबार	९.८८
मेघालय	९.६४	चंदीगढ	९.२७
हिमाचल प्रदेश	८.९	गुजरात	६.५३
अरुणाचल प्रदेश	४.९	झारखंड	४.७
आसाम	४.४८	गोवा	२.८९
केरळ	१.२७	**भारत**	**१७.३७**

(स्त्रोत: State wise status of urban slums in India: Census India, by Dr. Janaki Ramudu & others, International Journal of Applied Research, 2023, pg.318)

भारतामध्ये २०११ सालच्या जनगणनेनुसार नागरी क्षेत्रातील झोपडपट्टीत राहणाऱ्या लोकसंख्येचे सर्वाधिक प्रमाण आंधप्रदेश या राज्यात होते. तर छत्तीसगढ, मध्यप्रदेश, महाराष्ट्र, ओडिशा, प.बंगाल, सिक्कीम या राज्यांमध्ये देखील या लोकसंख्येचे प्रमाण मोठे होते. जनगणना २०११ नुसार भारतात एकूण १,०८,२२७ झोपडपट्टी क्षेत्र आहेत. त्यापैकी ३७,०७२ अधिसुचित केलेले झोपडपट्टी क्षेत्र आहे. तर मान्यता दिलेले क्षेत्र ३०,८४६ आहे आणि ४०,३०९ क्षेत्र चिन्हांकीत केलेले झोपडपट्टी क्षेत्र आहे.

झोपडपट्टीची समस्या निर्माण होण्याची कारणे : भारतामध्ये नागरी भागात झोपडपट्टीची समस्या निर्माण होण्याची सर्वसाधारण कारणे खालीलप्रमाणे.

औद्योगिकीकरण - औद्योगिकीकरणामुळे शहरात छोटे-मोठे उद्योग सुरू झाले. त्यामुळे ग्रामीण भागातील घरगुती तथा लघू उद्योग बंद पडले. परिणामी, ग्रामीण लोक शहरात स्थलांतरित झाले. तेथे त्यांना परवडणारी घरे उपलब्ध न झाल्याने झोपडपट्टीच्या समस्येमध्ये वाढ झाली.

नागरीकरण - औद्योगिकीकरणाबरोबरच नागरीकरणही घडून येते. शहरे ही रोजगार, शिक्षण, उद्योग, व्यापार, नागरी सुविधा, करमूणक केंद्र इत्यादीमुळे आकर्षण ठरतात. त्यामुळे आजूबाजूच्या परिसरातील लोक शहरात स्थलांतर करू लागले. परिणामी झोपडपट्टीच्या समस्येची वाढ झाली.

लोकसंख्या वाढ - वैद्यकीय सेयीसुविधा उपलब्ध झाल्यामुळे मृत्यू दरात घट झाली आहे. तर त्याप्रमाणात जन्म दर घटलेला दिसून येत नाही. त्यामुळे खूप मोठ्याप्रमाणात लोकसंख्या वाढ झालेली आहे. वाढत्या लोकसंख्येच्या निवासी गरजा भागविण्यासाठी साधन संपत्तीवर मोठा ताण आहे. परिणामी झोपडपट्टीची समस्या वाढत आहे.

घरांची टंचाई - शहरात लोकसंख्येची वाढ जलद गतीने होत असल्यामुळे अल्प खर्चात राहण्यासाठी घर उभारणे झोपडपट्टीशिवाय इतरत्र शक्य होत नाही. राहत्या घरांची संख्या लोकसंख्येच्या प्रमाणात वाढू शकत नाही त्यामुळे झोपडपट्टीची समस्या वाढत आहे.

दारिद्र्य - लोकसंख्या वाढीमुळे रोजगाराची समस्या निर्माण होते. रोजगार

मिळाला तरी पुरेसे उत्पन्न मिळत नाही. परिणामी दारिद्र्यात वाढ होते. चांगली घरे परवडत नाहीत. अल्प उत्पन्नामुळे कर्ज उपलब्ध होत नाही. परिणामी, झोपडपट्टींची समस्या वाढत आहे.

राजकीय कारणे - शहरात ज्या भागात झोपडपट्टीची समस्या वाढते तेथे मतदार संख्यासुद्धा वाढते. निवडणुकीत निवडून येण्यास झोपडपट्टीमधील मतदान निर्णायक ठरते. त्यामुळे स्थानिक राजकीय नेते झोपडपट्टीच्या वाढीकडे दुर्लक्ष करतात.

नगर नियोजनाचा अभाव - झोपडपट्टी पुनर्वसन यासारख्या योजना आखल्या जात असल्या तरी त्यासाठी मोठ्याप्रमाणात आर्थिक तरतूद होऊ न शकल्याने किंवा इतर कायदेशीर अथवा प्रशासकीय बाबींमुळे प्रकल्प पूर्ण होत नाहीत. पूर्ण झालेल्या प्रकल्पातही काही त्रुटी आढळून येतात त्यामुळे लोक पुन्हा झोपडपट्टीत राहणे पसंत करतात.

अशा विविध कारणांमुळे भारतामध्ये नागरी भागात झोपडपट्टीची समस्या मोठी गंभीर बनली आहे.

उपाययोजना/झोपडपट्टी सुधारणा योजना (Slum Development Policies) - नागरी भागातील झोपडपट्टीची समस्या सोडविण्यासाठी वेगवेगळ्या उपाययोजना आखण्यात आल्या आहेत. सरकारकडून ही समस्या सोडविण्यासाठी प्रामुख्याने दोन प्रकारचे उपाय योजले गेले आहेत त्याची थोडक्यात माहिती खालीलप्रमाणे.

झोपडपट्टी निर्मूलन - याप्रकारच्या उपाययोजनेमध्ये पर्यायी जागा शोधून त्या ठिकाणी झोपडपट्टीतील लोकांना घरे बांधून दिली जातात आणि झोपडपट्टीचे निर्मूलन केले जाते.

झोपडपट्टीत सुधारणा करणे - यामध्ये झोपडपट्टी आहे त्या ठिकाणी सुधारणा घडवून आणल्या जातात. त्यामध्ये वस्तीत रस्ते, सांडपाणी व्यवस्था, वीज, सार्वजनिक शौचालय, पिण्याचे पाणी पुरवठा इ. सुविधा पुरविल्या जातात. तसेच शैक्षणिक व आरोग्य सुविधा देखील उपलब्ध करून दिल्या जातात.

भारतामध्ये केंद्र सरकारने १९५६ साली अनेक राज्यांना झोपडपट्टी निर्मूलन व सुधारणांसाठी आर्थिक मदत देण्यासाठी *झोपडपट्टी निर्मूलन व सुधार योजना* लागू केली. या योजनेखाली झोपडपट्टीतील लोकांना पर्यायी जागा देऊन घरे बांधून देणे, तसेच वस्तीत रस्ते, पाणी, शौचालय इ.सुविधा पुरविणे यावर भर दिला

गेला. १९६० साली अनधिकृतपणे वसलेल्या झोपडपट्ट्या हटविण्यासाठी त्यांना ९१ वर्षांच्या कराराने पर्यायी जागा देऊन घरे बांधण्याची योजना लागू केली गेली. १९७२ साली *गलिच्छ वस्ती पर्यावरण सुधार मध्यवर्ती योजना* लागू केली गेली. त्यामध्ये मुंबई, दिल्ली, अहमदाबाद, हैदराबाद, बेंगळुरू, कानपूर, लखनौ, चेन्नई, नागपूर, पुणे ही दहा शहरे समाविष्ट केली होती. त्यानंतर १९७३-७४ साली आणखी दहा शहरे समाविष्ट केली गेली. १९९६ पासून *राष्ट्रीय गलिच्छ वस्ती विकास कार्यक्रम* सुरू केला गेला. डिसेंबर २००१ पासून *वाल्मिकी-आंबेडकर आवास योजना* सुरू केली गेली.

भारत सरकारने सर्वसमावेशक शहराच्या दिशेने सुरू केलेले प्रमुख कार्यक्रम हे झोपडपट्ट्यांवर लक्ष केंद्रित करून विकास, मूलभूत सेवांच्या तरतुदींसह आणि स्वस्त म्हणजे शहरी गरिबांना घरे देण्यासाठी *जवाहरलाल नेहरू राष्ट्रीय नागरी नुतनीकरण कार्यक्रम* (Jawaharlal Nehru National Urban Renewable Mission_JNNURM) - *शहरी गरिबांसाठी मूलभूत सेवा* (BSUP) आणि *एकात्मिक गृहनिर्माण आणि झोपडपट्टी विकास कार्यक्रम* (IHSDP) आणि *भागीदारीत शहरी गरीब* आणि परवडणारी घरे योजना व त्यासाठी व्याज अनुदान योजना आहे. त्याचबरोबर इंदिरा आवास योजना, प्रधानमंत्री आवास योजना (२०१५ पासून लागू आहे) यासारखे अनेक कार्यक्रम व उपाययोजना आखण्यात आल्या आहेत.

भारतातील झोपडपट्टीची समस्या सोडविण्यासाठी अनेक योजना व कार्यक्रम आखण्यात आले असले तरीही वाढती लोकसंख्या, वाढती स्थलांतर आणि वाढते नागरीकरण यामुळे यासमस्येत दिवसेंदिवस वाढ होत आहे व ही समस्या गंभीर होत असल्याचे दिसून येत आहे.

५.२. नागरी दारिद्र्य (Urban Poverty)

जलद गतीने वाढणारी लोकसंख्या, आर्थिक विकासाचा मंद वेग, उत्पन्नाचे विषम वाटप इ. कारणांमुळे देशामध्ये एक गंभीर समस्या सातत्याने भेडसावात आहे ती म्हणजे दारिद्र्य. देशातील खूप मोठी लोकसंख्या दारिद्र्यामध्ये जीवन जगते आहे. त्यासंदर्भात वेळोवेळी अभ्यास करण्यासाठी विविध तज्ज्ञ अभ्यासकांची नियुक्तीही करण्यात आली. दारिद्र्य कमी करण्यासाठी किंवा उच्चाटनासाठी वेगवेगळ्या योजना राबविण्यात आल्या. परंतु दारिद्र्याची समस्या पूर्णपणे संपली

असे मात्र झाले नाही. दारिद्र्याच्या पातळीमध्ये मात्र थोडाफार फरक पडला आहे असे म्हणता येऊ शकते.

दारिद्र्याची व्याख्या व अर्थ - खालील काही व्याख्यांवरून दारिद्र्याचा अर्थ तथा संकल्पना स्पष्ट होते.

- मानव अधिकार आयोगाच्या अहवालानुसार, किमान पायाभूत सुविधा मिळविण्यातील अपयश किंवा बहुसंख्य वेळा पायाभूत सुविधांपासून वंचित राहणे म्हणजे दारिद्र्य होय.
- सन २०००-०१च्या जागतिक विकास अहवालानुसार, दारिद्र्य म्हणजे योग्य पद्धतीने अन्न व निवारा यांचा अभाव, ही स्थिती अशी आहे की व्यक्तीस सुयोग्य पद्धतीचे राहणीमान, सुव्यवस्थित राहण्याचे घर, अरोग्य सुविधा, पिण्याच्या पाण्याची सुविधा मिळत नाही.
- ६१व्या राष्ट्रीय नमुना पाहणी सर्वेक्षणानुसार, ज्या व्यक्तींना दरमहा ग्रामीण भागात रुपये ३६५.३५ आणि शहरी भागात रुपये ५३८.६० इतके उत्पन्नसुद्धा मिळत नाही ती व्यक्ती दारिद्र्यामध्ये जीवन जगते असे समजावे.
- गिलिन आणि गिलिन यांच्या मते, ज्या परिस्थितीत एखादी व्यक्ती अपुरे उत्पन्न किंवा गैर खर्चामुळे स्वत:ची तसेच मुलांची शारीरिक व मानसिक व्यवस्था ठेवू शकत नाही व सामाजिक मूल्यांप्रमाणे जीवन व्यतीत करू शकत नाही त्या परिस्थितीला दारिद्र्य असे म्हणता येईल.

गिलिन यांनी केलेली व्याख्या फक्त व्यक्तीच्या उत्पन्नाशी किंवा त्याला अन्नातून मिळणाऱ्या उष्मांकाशीच संबंधित नसून ती व्यक्तीच्या मानसिक व सामाजिक मूल्यांच्या संदर्भात जीवन व्यतीत करण्याच्या परिस्थितीशी संबंधीत आहे त्यामुळे ही व्याख्या अधिक व्यापक आणि अभ्यासपूर्ण असल्याचे दिसून येते. देशपरत्वे दारिद्र्याच्या संकल्पनेत फरक आढळून येतो.

सापेक्ष दारिद्र्य संकल्पना - दारिद्र्याची ही संकल्पना आर्थिक विषमतेवर आधारित आहे. उत्पन्न पातळीनुसार गट पाडल्यास त्यातील शेवटच्या गटातील आर्थिक स्थिती म्हणजे सापेक्ष दारिद्र्य होय. या संकल्पनेनुसार एखाद्या व्यक्तीचे किंवा कुटुंबाचे दारिद्र्य लक्षात घेताना त्याच्या आर्थिक स्थितीची तुलना इतर लोकांच्या स्थितीशी केली जाते. उदा. उच्च उत्पन्न गटातील लोकसंख्येपेक्षा तळातील उत्पन्न गटातील लोकसंख्या सापेक्ष दारिद्र्यात आहे असे मानले जाते. म्हणजेच समाजाच्या उपभोगातील किंवा उत्पन्नातील अंतर म्हणजे सापेक्ष

दारिद्र्य होय.

निरपेक्ष दारिद्र्य संकल्पना - दारिद्र्याच्या प्रमाणाचे निरपेक्ष मोजमाप करण्यासाठी देशातील राहणीमान खर्चाचा विचार करून त्या आधारावर किमान उपभोग खर्च निर्धारित केला जातो. म्हणून दारिद्र्याच्या निरपेक्ष संकल्पनेनुसार निर्वाहासाठी अत्यावश्यक असे एक निरपेक्ष मानक किंवा प्रमाण असते. निरपेक्ष म्हणजे कोणाशीही तुलना न करणे होय. थोडक्यात, निरपेक्ष दारिद्र्य म्हणजे गरीब व श्रीमंत अशी तुलना न करता किमान आवश्यक गरजा पूर्ण करण्यासाठी चालू किंमतीनुसार किती खर्च येईल हे होय. त्याआधारे व्यक्तीच्या आर्थिक स्थितीची विशिष्ट पातळी निश्चित करून त्याद्वारे निरपेक्ष दारिद्र्य काढले जाते.

थोडक्यात, दारिद्र्य ही सापेक्ष स्वरूपाची संकल्पना असल्याने तिची सर्वसमावेशक अशी काटेकोर व्याख्या करणे अवघड आहे. त्यामुळेच सर्वसाधारणपणे आर्थिक गरीब स्थिती म्हणजे दारिद्र्य असे म्हणता येते.

नागरी दारिद्र्याचे स्वरूप (Nature)

नियोजन आयोगाने (मार्च २०१२) : राष्ट्रीय नमुना पाहणी संस्थेच्या ६६व्या फेरीनुसार तेंडुलकर समितीच्या आकडेवारीच्या आधारे ग्रामीण व नागरी भागासाठी खर्चाची पातळी अनुक्रमे ६७२.८ रुपये व ८५९.६ रुपये ठरविली.

सी. रंगराजन समितीने : ३० जून २०१४ रोजी सादर केलेल्या अहवालानुसार मासिक दरडोई खर्चानुसार शहरी भागासाठी १४०७ रुपये आणि ग्रामीण भागासाठी ९७२ रुपये अशी दरिद्र्य रेषेची मांडणी केली आहे.

तक्ता क्र. ५.२. भारतातील दारिद्र्याचा कल/प्रवृत्ती

वर्ष	लोकसंख्या (दशलक्ष)		टक्केवारी	
	ग्रामीण	नागरी	ग्रामीण	नागरी
१९६०-६१	१३८	२९	३८	४०
१९७०-७१	२००	४१	४५	४१
१९७७-७८	२५३	५४	५१	३८
१९८५	२२२	५१	४०	२८
१९८९-९०	१६९	४२	२८	२९
१९९९-२०००	-	-	२७.१	२३.६२

(स्त्रोत - भारतीय समाज भाग-१, टिळक महाराष्ट्र विद्यापीठ, पुणे, जुलै २००३ पृष्ठ ७४)

वरील तक्त्यावरून असे निदर्शनास येते की, भारतातील दारिद्र्याचा कल किंवा प्रवृत्ती १९६०-६१ पासून १९९९-२००० या कालावधीमध्ये कमी होत जाणारी आहे. अर्थात दारिद्र्यातील लोकसंख्येचे टक्केवारीत प्रमाण कमी होत आहे. परंतु लोकसंख्येचे संख्यात्मक प्रमाण मात्र वाढते आहे. त्यामुळे टक्केवारी कमी होत असली तरी दारिद्र्यातील लोकांचे प्रमाण मात्र वाढते आहे. विशेषत: नागरी भागात दारिद्र्यातील लोकसंख्या वाढत आहे.

तक्ता क्र. ५.३. राष्ट्रीय पाहणी संस्थेच्या ६१व्या फेरीनुसार दारिद्र्याचा अंदाज (वर्ष २००४-०५)

पद्धती	भारत	ग्रामीण	शहरी
Uniform Recall Period Method	२७.५%	२८.३%	२५.७%
Mixed Recall Period Method	२१.८%	२१.८%	२१.७%

(स्त्रोत - Indian Economy, V.K. Puri & S.K. Misra, Himalaya Publishing House, Mumbai, 2014, Pg 207)

दारिद्र्याचा अंदाज काढताना किंवा मोजमाप करताना वापरण्यात येणाऱ्या पद्धतीनुसार भारतातील दारिद्र्याची व्याप्ती ही वेगवेगळ्या पद्धतीनुसार वेगवेगळी असलेली वरील तक्त्यावरून आढळून येते. दारिद्र्याच्या व्याप्तीतील हा फरक वेगवेगळ्या समितीच्या अंदाजामध्येही आढळून येतो.

तक्ता क्र. ५.४. भारतातील दारिद्र्याची नागरी व ग्रामीण व्याप्ती (२०११-१२)

ग्रामीण		नागरी		एकूण	
लोकसंख्या (हजारात)	प्रमाण (टक्के)	लोकसंख्या (हजारात)	प्रमाण (टक्के)	लोकसंख्या (हजारात)	प्रमाण (टक्के)
२,१६,६५८	२५.७०	५३,१२५	१३.७०	२,६९,७८३	२१.९२

(स्त्रोत - अर्थसंवाद, मराठी अर्थशास्त्र परिषद, जुलै-सप्टेंबर २०२१, पृष्ठ ९०)

पूर्वोक्त तक्ता क्र.५.२ मधील नागरी दारिद्र्याचे प्रमाण पाहता १९९९-२००० साली ते २३.६२% इतके होते. परंतु हे प्रमाण २०११-१२ साली १३.७०% इतके कमी झाल्याचे आढळून येते. म्हणजे २१व्या शतकामध्ये भारतातील नागरी तसेच ग्रामीण दारिद्र्याच्या प्रमाणामध्ये घट होण्याचा कल असल्याचे निदर्शनास येते.

आलेख क्र.५.१. भारतातील नागरी दारिद्र्याचे स्वरूप (दारिद्र्याचे प्रमाण टक्केत)

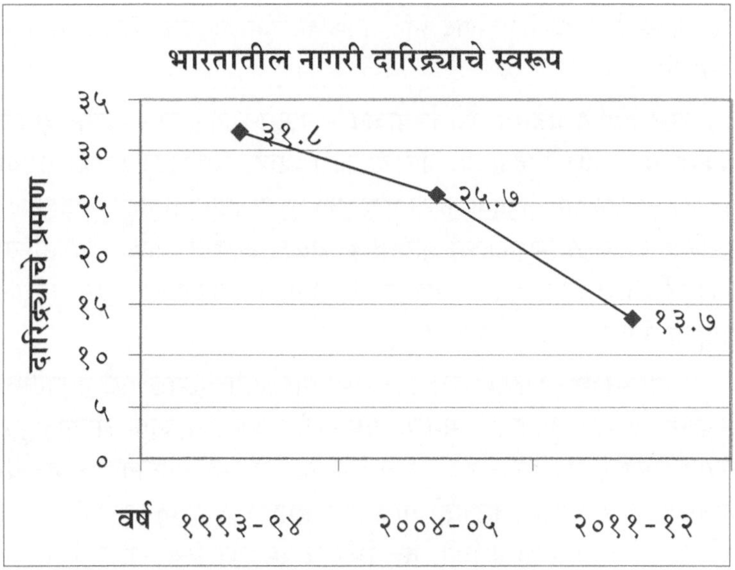

(स्त्रोत - Indian Economy, Datt & Sundharam, S Chand and Company Ltd., New Delhi, 2018, pg.416)

भारतामध्ये नागरी दारिद्र्याचे प्रमाण कमी होत असले तरी संयुक्त राष्ट्र अहवालानुसार भारतामध्ये २००५-०६ साली नागरी व ग्रामीण असे एकूण ६४० दशलक्ष म्हणजे ५५.१ टक्के लोक दारिद्र्यात होते. तर २०१५-१६ साली दारिद्र्याचे हे प्रमाण कमी होऊन एकूण ३६९ दशलक्ष म्हणजे १७.९ टक्के लोक दारिद्र्यात होते.[६]

[६] दैनिक लोकसत्ता, पुणे दिनांक १३ जुलै २०१९, पृष्ठ ९

५.३. नागरी वाहतूक (Urban Transport)

भारतामध्ये नागरी भागातील वाहतुकीच्या समस्येचे स्वरूप खालीलप्रमाणे आहे.

संपर्काचा अभाव - नागरी भागात सार्वजनिक वाहतूक सेवांवर मोठा ताण आहे आणि त्या सेवांचा पुरवठा अपुरा आहे. शहरांच्या विकासामध्ये वाहतूक नियोजनाकडे बऱ्याचवेळा दुर्लक्ष झाले आहे. शहरी लोकसंख्येमध्ये झपाट्याने वाढ होत आहे. नवीन सार्वजनिक वाहतूक सुविधांचा विकास, जसे की मेट्रो किंवा मोनोरेलच्या विकासाची गती मंद आहे आणि ती नेहमी शेवटच्या मैल अंतरापर्यंत संपर्क देत नाही.

रस्ते आणि महामार्गांचे नियोजन - नागरी भागातील रस्त्यांवर वाढती लोकसंख्या आणि वाहनांच्या भाराचा ताण आहे. मोटार वाहनांची संख्या वाढल्यामुळे वारंवार वाहतूक कोंडी होते. कामाच्या ठिकाणी वेळेवर पोहचणे, शैक्षणिक आणि करमणुकीच्या सुविधा इ. वेळखाऊ होत आहेत. मोटारींच्या संख्येत मोठी वाढ झाल्याने वाहनांनी नागरी भागांद्वारे प्रदान केलेल्या रस्त्यांवरील जागेच्या मर्यादा उघड केल्या आहेत.

रस्ता सुरक्षा - शहरांमध्ये वेगाने वाढणाऱ्या मोटारींच्या संख्येमुळे भारतामध्ये रस्त्याच्या वाढत्या धोक्याची समस्या गंभीर होत आहे. वाहतूक अपघातांमुळे जखमी आणि मृत्यू संख्या वाढत आहेत. भारतातील रस्ते अपघातातील मृतांची संख्या वर्ष २०१४ मधील तात्पुरती आकडेवारी सुमारे १,३८,००० तुलनेत २०१५ मध्ये १,४६,००० मृत्यू दर्शवते. तर गंभीर जखमी झालेल्या लोकांची संख्या आणि अपंगांची संख्या त्याहूनही अधिक म्हणजे जवळपास ३ लाख आहे.

प्रवासाचा वाढता खर्च - विशेषत: गरिबांसाठी आता प्रवासाचा खर्च देखील वाढलेला दिसून येत आहे. सायकलिंग आणि चालणे यासारख्या स्वस्त स्वयंचलित पर्यायांचा वापर कमी झाला आहे. पुढे मोठ्याप्रमाणात शहरीकण आणि लोकसंख्या वाढीचा परिणाम म्हणून शहरांचा विस्तार झाला होत आहे. प्रवासाच्या अंतरात वाढ होत असल्यामुळे स्वयंचलित पर्याय वापरणे कठीण बनले आहे.

पर्यावरणीय खर्च - भारतातचे वाहतूक क्षेत्र हे हरितगृह वायूंचे चौथ्या क्रमांकाचे उत्सर्जन करणारे क्षेत्र आहे. शिवाय वैयक्तिक मोटारी व इतर वाहनांमुळे

वायू प्रदूषणातही स्पष्टपणे वाढ झाली आहे. बहुतेक शहरे वायू प्रदूषणाबाबत आता चिंताजनक परिस्थितीत दिसत आहेत. मुख्यत्वे वाढलेल्या वाहनांच्या हालचाली आणि अनियोजित गैर-उपयोगी मोटार चालविल्यामुळे प्रदूषणाची पातळी वाढत आहे.

कायदे आणि नियमांमधील अंतर – भारतीय शहरांच्या नागरी वाहतूक आवश्यकतेनुसार नागरी वाहतुकी संदर्भात सध्या केंद्र, राज्य किंवा स्थानिक पातळीवर सर्वसमावेशक असा कोणताही कायदा नाही.

खंडित संस्थात्मक रचना - शहरी वाहतूक व्यवस्थेसाठी अनेक कार्ये चांगल्या प्रकारे समन्वित करणे आवश्यक आहे. प्रवाशांसाठी अखंड आणि आरामदायी प्रवास अशी अनुभवाची पद्धत आवश्यक आहे. दुर्दैवाने वाहतूक सेवा या केंद्र, राज्य आणि नागरी सरकारच्या अंतर्गत अनेक संस्थांद्वारे प्रदान केले जातात.

वाहतूक पायाभूत सुविधांवर परिणाम करणारे विकृत जमीन बाजार – नागरी वाहतूक विकासामध्ये कठिण आणि वेळखाऊ प्रक्रियांसह भूसंपादनाचा खूप मोठा खर्च हा एकात्मिक नागरी वाहतूक पायाभूत सुविधांच्या नियोजनांसाठी मोठा अडथळा आहे. २००८ मध्ये सुमारे ७० टक्के पायाभूत सुविधा भूसंपादनाशी संबंधित सर्व समस्यांमुळे प्रकल्पांना विलंब झाला होता.

वाहतूक पायाभूत सुविधांसाठी सर्वसमावेशक आराखडा मानकांचा अभाव – वाहतूक पायाभूत सुविधांचे आराखडे, संचालन आणि देखभाल यासाठी सामान्य मानके भारतामध्ये तुलनेने अनुपस्थित आहेत.

वरील मुद्यांच्या बदल्यात, राष्ट्रीय नागरी वाहतूक धोरण २००६ मध्ये तयार करण्यात आले. वाहतूक क्षेत्रातील समस्या आणि प्राधान्यक्रम आणि योजना विकसित करण्यासाठी राज्य सरकारांसाठी रोडमॅप तयार करणे आणि त्यावर उपाय करण्यासाठी धोरणे आखणे यामध्ये अंतर्भूत आहे.

वाहतुकीची मंद गती - टॉमटॉम ही संस्था दरवर्षी जागतिक पातळीवरील वाहतुकीच्या मंद गतीचा अभ्यास करत असते. वाहतुकीच्या मंद गतीमध्ये जागतिक पातळीवर भारतातील कोलकता, बेंगळुरू, आणि पुणे ही शहरे अनुक्रमे दुसऱ्या, तिसऱ्या, आणि चौथ्या स्थानी आहेत. वहातुकीच्या बाबतीत जगातील प्रमुख मंदगती शहरांचा अग्रक्रम खालीलप्रमाणे.

आलेख क्र.५.२. जागतिक पातळीवरील मंदगती वाहतूक शहरे

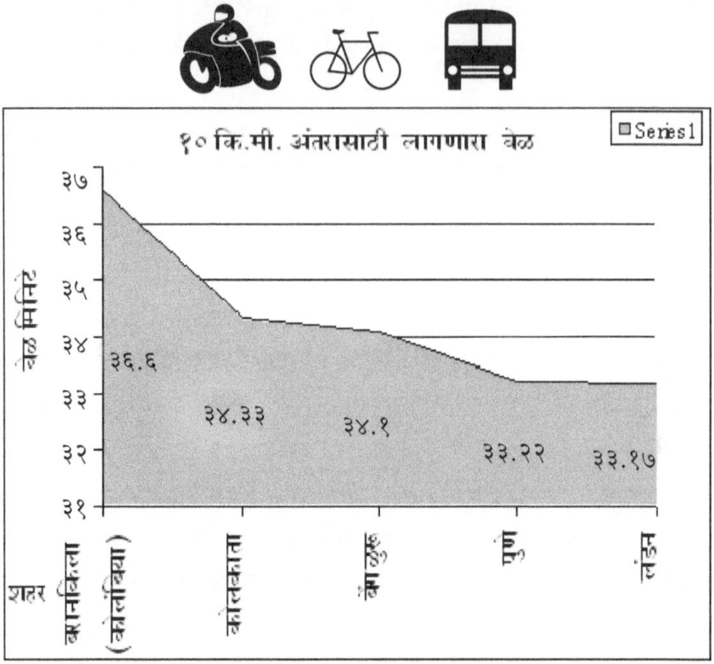

(स्त्रोत - दैनिक लोकसत्ता दिनांक १४ जानेवारी २०२५ पृष्ठ १)

भारतातील नागरी वाहतूक सुधारण्यासाठी धोरणात्मक उपाय खालीलप्रमाणे.

प्रादेशिक अर्थव्यवस्था आणि छोट्या वसाहतींना (Compact Townships) प्रोत्साहन देणे - केवळ प्रादेशिक अर्थव्यवस्थांना अशाप्रकारे प्रोत्साहन देण्याची गरज आहे की, ज्यामुळे लांब पल्ल्याच्या प्रवासाची गरज कमी होईल. तसेच स्वयंपूर्ण छोट्या वसाहतींचीदेखील गरज आहे की, ज्यामुळे शहरांमध्ये कमी अंतराच्या प्रवासाची गरज कमी होईल. प्रादेशिक अर्थव्यवस्थांना प्रोत्साहन देण्यासाठी खरेदी, सेवा आणि मनोरंजनाच्या सुविधा आणि लोक रहात असलेल्या ठिकाणी कामाच्या संधींच्या तरतुदींसह छोट्या भागात सुविधा निर्मितीद्वारे पूरक असावे की जेणे करून प्रवासाचे अंतर कमी ठेवता येईल.

सार्वजनिक वाहतुकीवर विशेषत: बस वाहतुकीवर लक्ष केंद्रित करणे - नागरी

भागातील प्रवाशांची वाहतूक त्यांच्या रस्त्यांवर मोठ्याप्रमाणात अवलंबून असते. जरी काही मोठ्या शहरांमध्ये रेल्वे आधारीत वाहतूक सेवा उपलब्ध असल्या तरीही उर्वरित दशलक्ष अधिक शहरांमध्ये वाहतुकीची मागणी पूर्ण करण्यात त्या फारच कमी भूमिका बजावतात. जवळपास २ दशलक्षपेक्षा अधिक लोकसंख्या असलेल्या सर्व शहरांमध्ये रेल्वे आधारित सार्वजनिक वाहतूक व्यवस्थेची योजना करण्याची वेळ आता आली आहे.

विविध प्रकारच्या बस वाहतूक सेवांचा परिचय - विविध प्रकारच्या बस वाहतूक सेवांची गरज आहे. संधी दिल्यास लोक मोठ्या प्रमाणात भिन्न वाहतूक प्राधान्ये प्रकट करतात. परंतु अनेक ठिकाणी अधिकारी बस वाहतूक सेवांच्या मूलभूत मानकांना अनुकूल असतात. सध्या, एकाच प्रकारच्या उत्पादनासह चांगली बाजारपेठ स्वीकारणे कठीण होत आहे.

वाहतूक सेवांसाठी इष्टतम किंमत धोरणाचा अवलंब करणे - वाहतुकीची किंमत निश्चित करणे ही आणखी एक महत्त्वाची समस्या आहे जी योग्यरित्या हाताळली पाहिजे. सार्वजनिक वाहतुकीला प्रोत्साहन देण्यासाठी आणि खासगी वाहतनांचा वापर मर्यादित करण्यासाठी किंमत धोरणांचा प्रभाविपणे वापर केला जाऊ शकतो. आतापर्यंत भारतात खासगी वाहने वापरण्याचा खर्च हा किरकोळ सामाजिक खर्चापेक्षा खूपच कमी आहे त्यामुळे लोकांना खासगी वाहने वापरण्यास प्रोत्साहन मिळते. गेल्या काही वर्षांपासून भारतामध्ये वाहन उद्योगासाठी सरकारी धोरणे खूपच आश्वासक आहेत.

वाहतुकीचा समन्वय वाढवणे - लोकांना सार्वजनिक वाहतूक वापरण्यास प्रोत्साहित करण्यासाठी, सर्व प्रकारांमध्ये अखंडपणे एकत्रित असलेली वाहतूक व्यवस्था असणे आवश्यक आहे.

कार सामूहिकपणे (शेअरिंग) वापरास प्रोत्साहन देणे - कारच्या सामूहिकपणे वापरण्यास अर्थात कार शेअरिंग ज्यास कारपुलिंग असे देखील म्हटले जाते. ज्यावेळी दोन किंवा अधिक लोक कार शेअर करतात आणि एकत्र प्रवास करतात तेव्हा कारचा हा सामूहिक वापर लोकांना कारची सोय करण्यास अनुमती देते. परंतु त्याच वेळी वाहन हे किलोमीटरमधील आंतर कमी करून गर्दी आणि प्रदूषण कमी करण्यास मदत करते.

प्रदूषक वाहने आणि इंधनाचा वापर रोखणे - भारतातील ५० टक्क्यांहून

अधिक मोटार वाहने ५ वर्षांपेक्षा अधिक जुनी आहेत. सर्वसाधारणपणे जुन्या वाहनांची उत्सर्जन कामगिरी नवीन वाहनांच्या तुलनेत लक्षणीयरित्या निकृष्ट असते. कारण वापरात असलेल्या वाहनांसाठी खराब देखभाल आणि कमी ऊत्सर्जन मानके आहेत.

जनजागृती कार्यक्रम सादर करणे - सार्वजनिक वृत्ती ही राजकारण्यांवर आणि धोरणकर्त्यांवर प्रभाव टाकते आणि समस्यांना सामोरे जाण्यासाठी राजकीय इच्छाशक्ती वाढवते. वाहनांच्या ऊत्सर्जनामुळे वायू प्रदूषणाचा आरोग्यावर होणारा प्रतिकूल परिणाम लोकांच्या मनोवृत्तीवर प्रभाव पाडण्याचे साधन म्हणून लोकांपर्यंत पोहोचवणे आवश्यक आहे. रस्त्यावरील वाहतूक अपघातांमुळे होणारे मृत्यू आणि जखमी माणसे ही देखील एक मोठी आणि वाढती सार्वजनिक आरोग्य समस्या आहे. माध्यमे (मिडिया), सामाजिक संस्था (एनजीओ) आणि संशोधन संस्थांना या समस्यांवर प्रकाश टाकण्यासठी, स्वतंत्र विश्लेषण करण्यासाठी आणि धोरणकर्ते आणि अंमलबजावणी करणाऱ्या संस्थांना संभाव्य उपायांची मांडणी करण्यासाठी प्रोत्साहित केले पाहिजे.

५.४. नागरी श्रम बाजार - अनौपचारिक रोजगार (Urban Labour Market – Informal Employment)

आज २१ व्या शतकात आपणास वेगवेगळ्या बाजार संकल्पना प्रचलित झाल्या असल्याचे आढळून येते. त्यामध्ये वस्तूंचा बाजार, भाग भांडवल बाजार इ. त्याचप्रमाणे श्रमाचे अर्थशास्त्रात आता श्रम बाजार संकल्पनेचासुद्धा अभ्यास केला जातो. थोडक्यात, बाजार फक्त एखाद्या विशिष्ट भू-प्रदेशापुरतीच मर्यादित संकल्पना राहिलेली नाही ती आता अधिक व्यापक झालेली आहे. कित्येक वस्तूं तर आता पारंपरिक बाजारात न जाता अगदी घरपोचही खरेदी-विक्री केल्या जात आहेत. त्याकामीसुद्धा मानवी श्रम गुंतलेले आहेत. श्रमाचा पुरवठासुद्धा अगदी घरपोच होत आहे असे म्हणावयाचे झाल्यास घरातूनच काम (Work from Home) ही संकल्पना उपयुक्त ठरताना दिसून येते.

श्रम बाजाराचे स्वरुप - आंतरराष्ट्रीय श्रम संघटनेच्या (International Labour Organisation-ILO) १९४४ साली झालेल्या २६ व्या बैठकीत फिलाडेल्फिया जाहीरनाम्यात श्रम ही वस्तू नाही असे मान्य करण्यात आले. त्यामुळे औद्योगिक आस्थापनांनी श्रमाकडे पाहण्याचा दृष्टिकोन बदलला आणि त्यातूनच

श्रमाची सद्भावना (Goodwill of Labour Concept) ही संकल्पना उदयास आली. त्यातून श्रम बाजारात श्रमाची मागणी व पुरवठा यामध्ये संतुलन निर्माण करण्याचा प्रयत्न केला जातो. त्यासाठी श्रम बाजारात एक विशिष्ट उद्दिष्ट असणाऱ्या अध्ययन क्षेत्राचे निर्धारण करावे लागते.

श्रम बाजाराचे (अ) अंतर्गत व बाह्य श्रम बाजार, (आ) संरचित व असंरचित श्रम बाजार, (इ) प्राथमिक व दुय्यम श्रम बाजार असे प्रकार पडतात.

सर्वसाधारणपणे औपचारिक क्षेत्रातील म्हणजे वैधानिकदृष्ट्या मान्यताप्राप्त क्षेत्रातील श्रमाला औपचारिक श्रम असे म्हटले जाते. तर अनौपचारिक क्षेत्रातील श्रमाला अनौपचारिक श्रम असे म्हटले जाते.

औपचारिक क्षेत्रामध्ये कायदेशीर तरतुदींनुसार नोंदणीकृत व्यवसाय व उद्योगांमध्ये केल्या जाणाऱ्या कामास औपचारिक श्रम असे म्हटले जाते. यामध्ये विविध शासकीय आस्थापना, मंडळे, सार्वजनिक उद्योग, खासगी नोंदणीकृत उद्योग, व्यावसाय इत्यादीचा समावेश होतो.

अनौपचारिक क्षेत्रात प्रामुख्याने स्वयंरोजगार क्षेत्रातील व्यक्तींचा समावेश होतो. त्यामध्ये छोट्या उद्योगातील श्रमप्रधान कामे उदा. खाद्य पदार्थांची निर्मिती, शिवणकाम, कुटुरोद्योग, हस्तकला उद्योग इत्यादीचा समावेश होतो. याक्षेत्रात असे उद्योग करणारे स्वत:साठी व काहीप्रमाणात इतरांनाही रोजगार पुरवतात. यातील काही उद्योगात वर्षभर रोजगार उपलब्ध असतो, तर काही उद्योगात तो हंगामी असतो.

अनौपचारिक व्यवसाय अथवा रोजगाराचे क्षेत्र हे व्यापकपणे संबंधित व्यक्तींना रोजगार आणि उत्पन्न निर्माण करण्याच्या प्राथमिक उद्देशाने वस्तू किंवा सेवांच्या उत्पादनामध्ये गुंतलेल्या व्यवसायिक घटकांचा समावेश असलेले क्षेत्र आहे.

राष्ट्रीय असंघटित उद्योग क्षेत्र आयोगाने (National Commission for Enterprises for Unorganised Sector-NCEUS) केलेल्या व्याख्येनुसार, अनौपचारिक क्षेत्रामध्ये मालकीच्या किंवा भागीदारी तत्त्वावर चालवल्या जाणाऱ्या आणि एकूण दहापेक्षा कमी कामगारांसह वस्तू आणि सेवांच्या विक्री आणि उत्पादनात गुंतलेल्या व्यक्ती किंवा कुटुंबांच्या मालकीचे सर्व असंघटित खासगी उद्योग असतात.

असंघटित कामगारांमध्ये, असंघटित क्षेत्रात किंवा घरांमध्ये काम करणाऱ्यांचा समावेश होतो. त्यामध्ये नियुक्त्यांद्वारे प्रदान केलेले सामाजिक सुरक्षा लाभ आणि

औपचारिक क्षेत्रातील कामगारांना वगळून, नियुक्त्यांद्वारे प्रदान केलेले कोणतेही रोजगार आणि सामाजिक सुरक्षा लाभांशिवाय काम करणारे कामगार समाविष्ट होतात.

अनौपचारिक अर्थव्यवस्था, अनौपचारिक क्षेत्र आणि त्याचे कामगार तसेच औपचारिक क्षेत्रातील अनौपचारिक कामगार हे अनौपचारिक अर्थव्यवस्था निर्माण करतात.

नागरी रोजगार अथवा श्रम बाजार ग्रामीण श्रम बाजारापेक्षा निराळा आहे. नागरी रोजगारातील नियमित वेतन/पगारदारांचा वाटा महिलांसाठी ३४ ते ३५ टक्के, तर पुरुषांसाठी ४१ ते ४४ टक्के इतका आहे. भारतातील श्रम बाजार हे भारतातील अनौपचारिक रोजगारांपैकी ९० टक्क्याहून अधिक अनौपचारिक रोजगाराचे प्राबल्य असलेले आहेत. कामगारांनी स्वयंरोजगार आणि प्रासंगिक कामगार म्हणून काम करणे, याचा अर्थ असा होतो की, श्रम शक्तीतील बरीच वाढ ही असंघटित क्षेत्राने शोषली आहे. व्यापार उदारीकरणाचा परिणाम म्हणून संपूर्ण अर्थव्यवस्थेत श्रम बाजाराचे आकस्मिकीकरण झाले आहे. ही वस्तुस्थितीदेखील अनौपचरिक रोजगाराच्या वाढीतील एक घटक आहे.

नागरी अनौपचारिक रोजगार, स्वयंरोजगार आणि मजुरीचे रोजगार १९९९/२०१० मध्ये समान रीतीने विभागले गेले होते. १९९९-२००० आणि २००४-०५ या दोन्ही वर्षात, स्वयंरोजगार निम्म्याहून अधिक (५४%) आणि मजुरी रोजगार हे नागरी अपौपचारिक रोजगाराच्या निम्म्याहून कमी (४६%) प्रतिनिधित्व करताना दिसून येतात.

५.५. नागरी गुन्हेगारी (Urban Crimes)

गुन्हा ही कायद्याच्या विरोधात जाणारी एक क्रिया आहे. याविषयाच्या जटिल स्वरूपामुळे गुन्हेगारी, त्याची विविध कारणे आणि परिणाम, गुन्हेगारीचे, समाजशास्त्र, भूगोल, मानसशास्त्र आणि लोकसंख्याशास्त्र यांसारख्या विविध शैक्षणिक विषय शाखा त्यांच्या स्वत:च्या दृष्टिकोनातून अभ्यास करतात. औद्योगिकीकरणाला चालना देण्यासाठी आणि अर्थव्यवस्थेच्या विकासासाठी शहरीकरण चांगले आहे असे सिद्धांत मांडले जातात. परंतु त्याचवेळी नागरीकरण गुन्हेगारीला प्रोत्साहन देऊ शकते. कारण गुन्हेगारी सामान्यत: मोठ्या शहरांमध्ये घडते ज्यामध्ये नागरी भागात लोकसंख्येची उच्च घनता आणि उच्च गतिशीलता

सामावून घेतली जाते.

भारतातील नागरीकरण आणि गुन्हेगारीकरण - भारतामध्ये, ग्रामीण समुदायांवरील अभ्यासातून असे दिसून येते की, तेथे गुन्हयाची भिती नागरी भागापेक्षा कमी आहे. विशेषत: असुरक्षित असलेल्या काही भागांवर लक्ष केंद्रित केले आहे की जेथे गुन्हे घडून येऊ शकतात उदा. ठळक आणि एकाकी ठिकाणे, अनाकर्षक आणि ठिकाणांची काळजी नसलेली खराब रचना. भुयारी मार्ग, गृहनिर्माण, बसस्थानक किंवा बस टर्मिनल, रेल्वे स्थानक, पथदिव्यांची कमतरता आणि अशा अनेक गोष्टींचा गुन्ह्यांवर थेट परिणाम होतो. नागरीकरणासह गुन्ह्यांच्या थेट प्रमाणात सांख्यिकीय आकडेवारी पाहता उत्तरप्रदेश (१४.७७ टक्के), पश्चिम बंगाल (८.३६ टक्के), बिहार (८.३३ टक्के), मध्यप्रदेश (६.८ टक्के) आंध्रप्रदेश (६.०७ टक्के) इ.ठिकाणी सर्वाधिक गुन्हेगारी आढळून येते. तर काही निवडक गुणधर्मांवर मिझोराम, नागालँड, गोवा येथे सर्वात कमी गुन्हेगारी दर दर्शविला जात आहे. परंतु समानुपातिकतेचे सार्वत्रिकीकरण येथे लागू केले जाऊ शकत नाही याचा अर्थ असा देखील होतो की, नागरीकरण आणि नागरी लोकसंख्येच्या प्रमाणात गुन्हेगारीचे प्रमाण वाढते आहे.

राष्ट्रीय गुन्हे नोंदणी केंद्र (Beuro of National Crime Record) - भारतातील गुन्हे नोंदीनुसार, २०१० मध्ये देशातील ३५ मोठ्या शहरांमधील ३ लाख ६८ हजार ८८३ गुन्ह्यांच्या तुनलनेत २०११ मध्ये देशातील एकूण ५३ मोठ्या शहरांमध्ये भारतीय दंड संहिता (IPC भारतीय न्याय संहिता) अंतर्गत एकूण ४ लाख ७५ हजार ३६९ दखलपात्र गुन्हे नोंदवले गेले. त्यामध्ये दिल्ली, कानपूर, मुंबई आणि बेंगळुरू या शहरांमध्ये ५३ मोठ्या शहरांमधून नोंदविण्यात आलेल्या एकूण गुन्ह्यांपैकी अनुक्रमे ९.९ टक्के, ७.३ टक्के, ६.७ टक्के आणि ६.३ टक्के इतके गुन्हे नोंदवले गेले. नागरी एकत्रीकरण (Urban Agglomoration) केंद्रांमध्ये गुन्ह्यांचा सरासरी दर २९५.१ होता जो १९२.२ या राष्ट्रीय गुन्हेगारी दराहून खूप अधिक होता. देशातील मोठ्या शहरांमध्ये कोचीमध्ये सर्वाधिक १६३६.४ गुन्हे नोंदवले गेले. त्यानंतर ग्वाल्हेर (७०९.३) आणि दुर्ग भिलाईनगर (६८३) या शहरांचा क्रमांक लागतो. प्रत्येक शहरासाठी गुन्हेगारी दराची तुलना गुन्हेगारी दराच्या बाबतीतील शहरांमधील ''डोमेन स्टेट इन द क्राईम रेट''च्या संबंधित गुन्हेगारी दराशी केली जाते.

उपलब्ध संसाधनांचा असमतोल विकास आणि वापर, जागा, निवारा, अन्न

आणि मूलभूत गरजांच्या कमतरतेमुळे वाढत्या लोकसंख्येसाठी उपयुक्त सुविधा ज्यामुळे स्पर्धा, शत्रुत्व आणि पर्यायाने असुरक्षितता चिन्हांकित होत आहे. या असुरक्षिततेचे सर्वात भयावह आणि तीव्र प्रकटीकरण म्हणजे शहरांमधील गुन्हेगारी वाढ हा सर्वात मोठा धोका आहे. आता अशी स्थिती आहे की, आर्थिक शक्ती आकर्षित करणारी आणि विकासाला व वाढीला चालना देणारी शहरे आता गुन्हेगारी आणि हिंसेचे केंद्र बनू लागली आहेत जे विकासाला अत्यंत कमकुवत करते. भारतामधील वाढती गुन्हेगारी, वाढती असमानता, गरिबी, अयोग्य नागरी नियोजन, नागरी पायाभूत सुविधांवरील सततचा वाढता ताण, झोपडपट्ट्यांचा वाढता विस्तार आणि गरिब परिसर, हे नागरीकरणाचे परिणाम गंभीर स्वरूप धारण करत आहेत.

नागरी भागातील गुन्हेगारीचे स्वरूप हे गुंतागुंतीचे आणि विविध घटकांच्या म्हणजे सामाजिक, आर्थिक आणि पर्यावरणीय घटकांशी परस्परसंबंधित आहे या **नागरी गुन्हेगारीची काही सर्वसाधारणे कारणे** पुढीलप्रमाणे.

आर्थिक व सामाजिक विषमता - उच्च दारिद्र्य, बेरोजगारी आणि सामाजिक विघटन हे नागरी गुन्हेगारीचे प्रमुख कारण आहे. आर्थिक विषमत: ही असंभवता आणि नैराश्य निर्माण करते.

टोळी आणि संघटित गुन्हे - नागरी वातावरण हे टोळी आणि संघटित गुन्हेगारीला नेहमी चालना देते.

मादक पदार्थ सेवन आणि व्यसनाधीनता - शहरात अवैध मादक पदार्थ बाजारपेठ उपलब्ध होते जी गुन्हेगारीस चालना देते.

सामाजिक विघटन आणि विभागीकरण - जलद नागरीकरण, लोकसंख्या वाढ, आणि पारंपरिक सामाजिक संरचनेचे अपयश सामाजिक विघटन आणि विभागीकरणास प्रोत्साहन देते.

अपुरे नगर नियोजन आणि दळणवळण - अपुरे नगर नियोजन तेथे दिवे, सार्वजनिक जागा, योग्य वाहतूक इत्यादीसमस्या निर्माण होण्यास कारणीभूत ठरते पर्यायाने ते गुन्हेगारीचे कारण ठरते.

शैक्षणिक त्रुटी - शिक्षण आणि शैक्षणिक संधींची मर्यादित उपलब्धता, कौशल्य प्रशिक्षण अभाव यामुळे रोजगार मिळण्यास येणाऱ्या अडचणी गुन्हेगारीस कारणीभूत ठरतात.

सामाजिक-सांस्कृतिक घटक - त्यामध्ये हिंसा, लैंगिक असमानता, आणि सांस्कृतिक प्रथा इत्यादीमुळे देखील गुन्हेगारीत वाढ होताना दिसते.

५.६. नागरी पर्यावरणीय समस्या (Urban Environmental Issues)

नागरीकरणाची प्रक्रिया ही बहुअंगी असल्याने नागरीकरणामुळे सभोवतालच्या नैसर्गिक व सांस्कृतिक पर्यावरणात बदल घडून येतात. राहण्यासाठी व व्यवसाय उद्योगांसाठी जागा, पाणी, वाहतूक, ऊर्जा वापर यादृष्टिने स्पर्धा निर्माण होते. लोकसंख्येमुळे योग्य नियोजन न झाल्यास विविध प्रकारच्या पर्यावरणीय समस्या निर्माण होतात. कुठल्याही नियोजनाशिवाय, पद्धतशीर गुंतवणुकीशिवाय नगरांचा विस्तार होत आहे. तसेच रोजगाराच्या संधी शहरातच असल्यामुळे लोकांचे शहरांकडे स्थलांतर होतच आहे. मॅकिंझी ग्लोबल इन्स्टिट्यूटच्या भाकितानुसार २०३० यावर्षापर्यंत भारतात १० लाखांपेक्षा अधिक लोकसंख्या असलेली किमान ६८ शहरे तरी असतील आणि तेथे भारतातील ४० टक्क्याहून अधिक लोकसंख्या एकवटलेली असेल.

भारतात वाढत्या रहदारीमुळे, पुरेशा पायाभूत सुविधांशिवाय भूमिगत जलनि:सारणाच्या अकार्यक्षम व्यवस्थेमुळे, कचऱ्याच्या अयोग्य व्यवस्थापनामुळे, महानगरपालिकांच्या गलथान कारभारामुळे, सार्वजनिक उपयोगितांच्या कर्जबाजारीपणामुळे भारतातील शहरे बकाल होऊ लागली आहेत. नागरी प्रदूषण, शहरे आणि शहरांमधील प्रदूषण, विविध स्त्रोतांमधून येते. त्यामध्ये खालील प्रमुख स्त्रोतांचा समावेश होतो.

- कार, वाहने आणि वाहतुकीचे इतर प्रकार
- बांधकाम आणि इमारत
- चुकीचे संबंध - कचरा, पाण्याचा निचरा चुकीच्या ठिकाणी करणे
- क्रियाकलापांचे कार्यान्वयन (रन-ऑफ-ॲक्टिव्हिटी) - उदा. कार धुण्याचे पाणी
- दूषित जमिनीतून विसर्जन

प्रदूषणाचे खालील स्त्रोत आपण प्राधान्य क्षेत्र म्हणून मानतो.

- चुकीचे संबंध
- क्रियाकलापांचे कार्यान्वयन (रन-ऑफ ॲक्टिव्हिटी)
- औद्योगिक वसाहती
- दूषित शहरी नद्या

नागरी प्रदूषणाला अनेकदा बिगर कृषी प्रसार प्रदूषण (NADP) म्हणूनही संबोधले जाते. असे प्रदूषण वेगवेगळ्या स्त्रोतांमुळे व मोठ्या प्रमाणात प्रदूषकांनी

बनलेले असते.

पर्यावरण ही संज्ञा स्थल-काल सापेक्ष आणि जीवसापेक्ष आहे. पर्यावरणाचे मुख्यत: दोन प्रकार पडतात. एक नैसर्गिक पर्यावरण आणि दुसरे सांस्कृतिक पर्यावरण. या मुख्य प्रकारांचे उप्रकारसुद्धा आहेत. पर्यावरणाचे हे प्रकार खालीलप्रमाणे.

आकृती ५.१. पर्यावरणाचे प्रकार

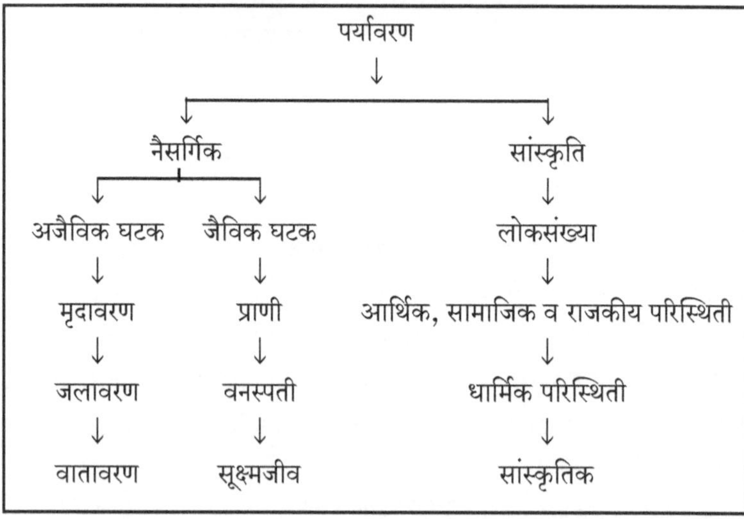

लॅन्सेट नियतकालिकामध्ये २०१२ साली प्रसिद्ध झालेल्या अभ्यासानुसार भारतातील हवेचे प्रदूषण हे मृत्यूसाठी ६ वे मोठे कारण आहे असे म्हटले होते. श्वसन विकारांमुळे भारतात दरवर्षी सुमारे साडेसहा कोटी लोक मृत्यु पावतात. राजधानी दिल्लीतील हवेचा दमा हा एक जुनाट आजार आहे व यावर अनेक डॉक्टरांनी सल्लाही दिला आहे. जागतिक आरोग्य संघटनेने २०१४ मध्ये जगातील सर्वाधिक प्रदूषित शहरांच्या यादीत दिल्लीला सर्वात वरचे स्थान दिले. या यादीत भारतातील १३ शहरे ही पहिल्या २० प्रदूषित शहरांमध्ये होती. चीनची राजधानी बीजिंगही १५ वर्षांपूर्वी सर्वाधिक प्रदूषित शहरांच्या यादीत होती.

पुण्यातील वाहनांची संख्या दिल्लीच्या मानाने कमीच आहे. मात्र तरीही वाहतूक कोंडी आणि बांधकांमुळे पुण्याच्या हवेतील पार्टीक्युलेट मॅटर २.५ (PM) आणि पर्टीक्युलेट मॅटर १० (PM) या प्रदूषणक घटकाची संख्या २०१० नंतर सातत्याने

वाढत असल्याचे दिसून येत आहे. पुण्यातील हडपसर, छत्रपती शिवाजीनगर आणि लोहगाव परिसरात या घटकांची संख्या वाढत असून त्यानंतर कात्रज आणि भोसरीचा क्रमांक लागतो. पुण्याप्रमाणेच सर्वच शहरांच्या हवेतील सर्वात घातक असे हे दोन घटक आहेत. पीएम १० आणि पीएम २.५ मायक्रोमीटरपेक्षाही सूक्ष्म असलेले हे कण शरीरात गेले तर श्वसन विकारांसोबत थेट फुफ्फुसांच्या कर्करोगापर्यंत विकार होऊ शकतात.

मुंबईतील हवा प्रदूषित करण्यामागेही हेच दोन घटक मुख्यत्वे आहेत. बोरीवली, मालाड, अंधेरी, वांद्रे, भांडुप, चेंबूर, वरळी, माझगाव आणि कुलाबा येथील प्रदूषणमापक यंत्रणेद्वारे याची पातळी मोजली जाते त्यामध्ये हे घटक मर्यादेहून दुपटीने अधिक असल्याचे आढळून आले आहे.

परंतु दिल्लीप्रमाणे मुंबईतील वाहतूक कोंडी आणि बांधकाम सुरू असलेल्या ठिकाणी लोकांना प्रदूषणाचा एकसारखा अनुभव येत नाही. कारण समुद्रावरून येत असलेल्या वेगाच्या वाऱ्यांमुळे दर रात्री मुंबईची हवा नैसर्गिकरित्या स्वच्छ होते. पावसाळ्यात आणि उन्हाळ्यात या वाऱ्यांचा उपयोग होत असला तरी थंडी मात्र त्याला अपवाद आहे.

कारखानदारी वाढल्याने नागरीकणाच्या प्रक्रियेला चालना मिळाली. परिणामी, ग्रामीण भागातून नागरी भागाकडे मोठ्याप्रमाणत स्थलांतर सुरू झाले. या नागरीकरणाचे व औद्योगिकीकरणाचे एकत्रित परिणाम मोठ्याप्रमाणात होत आहेत. जगाच्या सर्व भागात आर्थिक विकासाचा निर्देशांक म्हणून कारखानदारी वेगाने वाढल्यामुळे जीवाश्म इंधनाचा वापर वाढला आणि प्रदूषण समस्या गंभीर बनली. कारखान्यांद्वारे ऊत्सर्जन होणारे कार्बनडाय ऑक्साइड, नायट्रोजनडाय ऑक्साइड, सल्फरडाय ऑक्साइड यांसारखे विषारी वायू प्रदूषणास कारणीभूत ठरले आहेत. कारखानदारीमुळे वायुरूप ऊत्सर्जनाबरोबरच अँटिमनी, अर्सेनिक, कोबाल्ट, निकेल, पारा, शिसे यांसारखी विषारी अपद्रव्ये वातावरणात विखुरली जात आहेत.

ही दूषितके मानव व प्राणी तसेच वनस्पतींच्या विविध शरीरवैज्ञानिक क्रियांना घातक सिद्ध होत आहेत. विषारी धुलिकण, वायू श्वसनाद्वारे शरीरात प्रविष्ट होतात. त्यामुळे श्वसन, बाष्पोत्सर्जन यांसारख्या क्रियांना अडथळे निर्माण होतात. वनस्पतींची वाढ खुंटते मानवाला ब्रॉकायटीस, कर्करोग, क्षय, अवयवांची दुर्बलता यांसारखे दुर्धर आजार होऊ शकतात. हे जगातल्या उद्योगप्रधान शहरांमधील

सर्वेक्षणाद्वारे सिद्ध झाले आहे.

कारखान्यांच्या प्रदूषणामुळे भारतातील मोठ्या शहरांमध्ये कार्बन मोनॉक्साइडचे प्रमाण १०० पी.पी.एस.हून अधिक झालेले आहे. त्यामुळे रक्तदाब, हृदयविकार, फुफ्फुसाचे आजार व अनारोग्यात वाढ झाली आहे. कारखान्यांच्या वाढीबरोबरच शहरांची अनिर्बंध वाढ होते आहे. परिणामी वाहनांचा वापर आवश्यक ठरतो. स्वयंचलीत वाहनांच्या वाढत्या संख्येमुळे हवेच्या प्रदूषणाबरोबरच ध्वनि प्रदूषणसुद्धा होते त्याचा परिणामही मानवी जीवनावर अत्यंत वाईट पद्धतीने होतो आहे.

भारतात मुंबई, दिल्ली, कोलकाता, पुणे, बेंगळुरू, चेन्नई या औद्योगिक विभागांमध्ये प्रदूषणपातळी वेगाने वाढत आहे. मुंबईतल्या कारखान्यांमुळे चेंबूर विभागात श्वास नलिका, फुप्फुस, हृदयविकार यांसारख्या रोगांचे प्रमाण वाढल्याचे आढळून आले आहे. भारतामध्ये १९७५-७६ साली २२३ लाख टन तेलाचे शुद्धीकरण होत होते ते १९८६-८७ साली ४०५ लाख टनांपर्यंत म्हणजे जवळपास दुप्पट झाले होते. तेल शुद्धीकरणाच्या प्रकल्पांमध्ये वाढ झाल्याने आर्थिक फायदा जरी झाला असला तरी त्यामुळे पर्यावरणीय प्रदूषणात मात्र भर पडते हे लक्षात घेण्याजोगे आहे.

भारतातल्या ३ हजार शहरांपैकी केवळ ७ टक्के शहरातच घरगुती सांडपाणी प्रक्रिया करून नद्यांमध्ये सोडले जाते. उरलेल्या ९३ टक्के शहरांमध्ये सांडपाणी एक तर नदीत किंवा समुद्रात थेट सोडले जाते. पर्यावरण खात्याच्या मतानुसार हा प्रश्न सोडविण्यासाठी ६० टक्के कारखाने जबाबदार धरावे लागतील. त्यासाठी १९९१ नंतर २ वर्षे मुदत देण्यात आली होती.

वायूप्रदूषण, जलप्रदूषण आणि ध्वनी प्रदूषण याप्रमाणेच शहरांमधील कचऱ्याचे प्रदूषण ही एक मोठी पर्यावरणीय समस्या आहे. मुंबई, पुणे यांसारख्या मोठ्या शहरांमधील कचऱ्याची विल्हेवाट लावणे दिवसेंदिवस एक जटिल समस्या होत आहे. कचरा डेपोंचा प्रश्न गंभीर बनला आहे. ह्या कचऱ्याला आग लागून त्याच्या धूरामुळे आजूबाजूच्या नागरीकांना, पशूपक्षांना जीवसृष्टीला धोका निर्माण होत आहे.

अशाप्रकारे शहरांमध्ये पर्यावणाच्या विविध समस्या आढळून येतात. या **नागरी पर्यावरणीय समस्यांचे प्रभावी शमन करण्यासाठी काही धोरणे व प्रमुख उपाय** खालीलप्रमाणे.

शाश्वात नागरी नियोजन

- नागरी समस्या कमी करण्यासाठी निरंतर/शाश्वत नागरी नियोजन धोरणांची अंमलबजावणी करणे आवश्यक आहे.
- प्रदूषण यामध्ये कॉम्पॅक्ट आणि मिश्र-वापराच्या विकासाला चालना देणे, नागरीकरण कमी करणे व पसरणे, आणि हरित क्षेत्रांना प्राधान्य देणे समाविष्ट आहे.
- कार्यक्षम सार्वजनिक वाहतूक व्यवस्था, पादचारी-अनुकूल शहरांचे आरेखन करणे, पायाभूत सुविधा आणि वाहतुकीचे पर्यायी मार्ग उदा. सायकलिंग नेटवर्क वाहनांचे ऊत्सर्जन कमी करण्यास आणि प्रोत्साहन देण्यास मदत करू शकतात.
- उद्याने, उद्यानांच्या निर्मितीद्वारे नागरी हरित जागांचे जतन आणि वाढ करणे आणि छतावरील बागा इ. वायू प्रदूषणाचा सामना करण्यास आणि नागरी जैवविविधता वाढविण्यास मदत करतात.

तांत्रिक प्रगती

- नागरी प्रदूषण कमी करण्यासाठी तंत्रज्ञानातील प्रगती महत्त्वपूर्ण भूमिका बजावते. स्वच्छ आणि अधिक कार्यक्षम ऊर्जा स्त्रोतांचा अवलंब करणे, जसे की अक्षय ऊर्जा आणि इलेक्ट्रिक वाहने, दूषित वायूंचे उत्सर्जन लक्षणीयरीत्या कमी करू शकतात.
- पुनर्वापरासह प्रगत कचरा व्यवस्थापन प्रणाली लागू करणे आणि कचरा-ते-ऊर्जा सुविधा, आणि संसाधन संवर्धन प्रोत्साहन हे नागरी कचऱ्याचा पर्यावरणीय प्रभाव कमी करण्यास मदत करते.
- प्रदूषण पातळीचे निरीक्षण, लक्ष्यित हस्तक्षेप आणि सुधारीत निर्णय घेणे यासाठी सजग नागरी (स्मार्ट शहरी) तंत्रज्ञान, जसे की संवेदक (सेन्सर्स) आणि विदा विश्लेषक, प्रत्यक्ष वेळ (रिअल-टाइम) सक्षम करतात.

धोरण हस्तक्षेप

- सरकारने कठोर पर्यावरणीय नियमांची अंमलबजावणी करणे आणि उद्योग, वाहने व इतर प्रदूषण उत्सर्जित करणारे प्रदूषक नियंत्रित करण्यासाठी मानके स्त्रोत इत्यादीची अंमलबजावणी करणे आवश्यक आहे.
- पर्यावरणपूरक (इको-फ्रेंडली) पद्धतींचा वापर करण्यास प्रोत्साहन देणे आणि

त्यासाठी व्यवसायांनी स्वच्छ तंत्रज्ञानाचा अवलंब करणे निरंतर/शाश्वत विकासाला प्रोत्साहन देते आणि प्रदूषण कमी करते.

- गर्दीचे शुल्क कमी करणे, वाहन सामायिक वापरास (कारपुलिंगला) प्रोत्साहन देणे आणि वाहनांची उत्सर्जन मानक अंमलबजावणी करणे हे वाहनांचे प्रदूषण कमी करण्याचे प्रभावी मार्ग आहेत.

लोकसहभाग

- नागरी प्रदूषण कमी करण्यासाठी नागरिकांचा सक्रिय सहभाग वाढवणे महत्त्वाचे आहे. शैक्षणिक मोहिमांद्वारे जागरुकता, शाश्वत जीवनशैलीचा प्रचार, आणि जबाबदार उपभोगाला प्रोत्साहन दिल्याने वर्तणुकीत महत्त्वपूर्ण बदल होऊ शकतात.
- नागरी नियोजन प्रक्रियेत समुदायांना सहभागी करून घेणे, नागरिकांच्या नेतृत्वाखाली प्रोत्साहन देणे स्वच्छता मोहीम आणि कचरा व्यवस्थापनासाठी पुढाकार घेणे आणि भावना वाढवणे इ. उपाय पर्यावरणीय प्रदूषण कमी करण्यासाठी सामूहिक प्रयत्न करण्यास मदत करतात.
- नागरी प्रदूषण कमी करण्यासाठी आणि त्यावर उपाय शोधण्यासाठी सर्वसमावेशक आणि बहुआयामी दृष्टिकोन महत्त्वाचा आहे. निरंतर/शाश्वत नागरी नियोजन, तांत्रिक प्रगती, धोरण या गंभीर समस्येचे निराकरण करण्यासाठी हस्तक्षेप आणि लोकसहभाग हे प्रमुख आधारस्तंभ आहेत.

५.७. नागरीकरण आणि गृहनिर्माण समस्या (Urbanisation and Housing Problem)

गर्दीमुळे नागरी भागात घरांच्या कमतरतेची समस्या गंभीर होत चालली आहे. ही समस्या विशेषत: ज्या नागरी भागात बेरोजगार किंवा अल्परोजगार व स्थलांतरितांचा मोठा ओघ आहे अशा नागरी भागात अधिक तीव्र आहे. भारतीय नमुना सर्वेक्षण १९५९ ने सूचित केले की ४४ टक्के शहरी कुटुंब (ग्रामीण कुटुंबांच्या ३४ टक्क्यांच्या तुलनेत) एक खोली किंवा कमी जागेत व्यापलेली आहेत. मोठ्या शहरांमध्ये एक किंवा त्यापेक्षा कमी खोलीत राहणाऱ्या कुटुंबांचे प्रमाण ६७ टक्के इतके होते. शिवाय घरबांधणीचा सध्याचा वेग खूपच कमी आहे ज्यामुळे समस्या आणखी गुंतागुंतीची बनली आहे. भारतातील शहरांना दरवर्षी सुमारे २.५ दशलक्ष नवीन घरांची आवश्यकता असते. परंतु आवश्यकतेच्या १५ टक्केपेक्षा कमी बांधकाम

केले जात आहे. भारतातील जवळपास एक तृतीयांश नागरी कुटुंबांसाठी घरात स्वयंपाकघर, स्नानगृह आणि शौचालय समाविष्ट नाही आणि अनेक ठिकाणी वीज पाणीपुरवठा देखील नाही.

गृहनिर्माण आणि शहरी व्यवहार मंत्रालयाच्या आकडेवारीनुसार, शहरी भागातील अंदाजे १९ दशलक्ष कुटुंबांसाठी योग्य घरांची कमतरता आहे. परिणामी, या घरांच्या तुटवड्यामुळे ६५.५ दशलक्ष लोकसंख्या नागरी भागातील झोपडपट्टीत राहात आहे.

समस्येची तीव्रता – दहाव्या पंचवार्षिक योजनेच्या शेवटी एकूण घरांच्या तुटवड्याचे मूल्यांकन अधिकृतपणे ६७.४ दशलक्ष कुटुंबांसाठी २४.७१ दशलक्ष निवासी युनिट्स म्हणून करण्यात आले. त्यामध्ये या टंचाईपैकी ९८ टक्के कुटुंब कमी उत्पन्न आणि आर्थिकदृष्ट्या कमकुवत वर्ग (EWS) याविभागामध्ये होती. ११व्या पंचवार्षिक योजनेच्या अखेरीस अंमलबजावणीचे प्रयत्न करूनही परिस्थिती सुधारण्याचा अंदाज नव्हता. उलट ही कमतरता ७५.०१ दशलक्ष कुटुंबांसाठी २६.५३ दशलक्ष घरांपर्यंत वाढण्याची शक्यता होती.

नॅशनल बिल्डिंग ऑर्गनायझेशनच्या अहवालानुसार घरांच्या तुटवड्याचे राज्यनिहाय वितरण (अखिल भारतीय स्तर), २००७ मधील २४.७१ दशलक्ष वरून २०१२ मध्ये १८.७८ दशलक्ष इतके कमी झाले आहे. हे निश्चितपणे केवळ सरकारी यंत्रणेच्या प्रामाणिक प्रयत्नांमुळेच साध्य होऊ शकले आहे. नागरी आणि ग्रामीण दोन्ही वस्त्यांमध्ये घरांची अंदाजित तीव्र टंचाईसुद्धा पातळीवर कमी करणे आवश्यक आहे.

समस्येचे परिणाम

वस्त्यांची अनियोजित वाढ - अनेक गृहनिर्माण समुहामध्ये, विविध महानगर केंद्रांमध्ये आणि आजूबाजूला अव्यवस्थित आणि अनियोजित पद्धतीने, योग्य मांडणीशिवाय आणि सेवा लाईन आणि इतर आवश्यक सुविधांशिवाय घरांची समस्या म्हणजे वस्त्यांची अनियोजित वाढ झाली आहे.

विकसित जमिनींची उपलब्धता नसणे आणि कुचकामी आणि प्रतिकूल जमीन व्यवस्थापन - विशेषत: समाजातील सर्वात गरजू वर्गाच्या गरजा पूर्ण करण्यासाठी वाजवी दरात विकसित आणि सेवा-सुविधा उपलब्ध केलेल्या जमीनींची उपलब्धता कमी आहे.

आर्थिक संसाधनांचा अभाव - नॅशनल हाऊसिंग बँक आणि NCAER १०० दशलक्षपेक्षा अधिक कुटुंबांमध्ये कमी सेवा असलेल्या विभागाय बाजार आकाराचा अंदाज लावतात. या लोकसंख्येपैकी बहुतेकांना परवडणारी घरे किंवा गृहनिर्माण वित्तपुरवठ्यावर मर्यादित प्रवेश असतो किंवा प्रवेश नसतो.

भारता सरकारने विशेषत: १९८८ पासून वेगवेगळ्या **निवासी धोरणांची आखणी** केली **व अंमलबजावणी** केली आहे. त्यामध्ये प्रामुख्याने पुढील धोरणांचा समावेश आहे.

- इंदिरा आवास योजना १९८५, राष्ट्रीय आवास धोरण व अधिवास धोरण (National Housing Policy and Habitat Policy-NHPHP) १९८८
- राष्ट्रीय आवास धोरण (National Housing Policy) १९९४ हे धोरण संसदेने ऑगस्ट १९९४ मध्ये मंजूर केले त्यानंतर झोपडपट्टी विकास कार्यक्रम १९९६, समग्र आवास योजना १९९८ इ.
- राष्ट्रीय नागरी आवास आणि अधिवास धोरण (National Urban Housing and Habitat Policy) २००७ - भारत सरकारच्या आवास व नागरी दारिद्र्य निर्मूलन मंत्रालयाने आखलेले हे पहिले विशिष्ट नागरी आवास धोरण होते.
- राजीव आवास योजना, भागीदारीत परवडणारी घरे (Affordable Housing in Partnership_AHP), जवाहरलाल नेहरू राष्ट्रीय नागरी पुनर्निमाण मिशन (Jawaharlal Nehru National Urban Renewable Mission-JNNURM), प्रधानमंत्री आवास योजना इ.

५.८. नागरीकरण आणि स्वच्छता समस्या (Urbanisation and Sanitation Issues)

सामान्यत: अने मानले जाते की, नागरी केंद्र ही आरोग्य आणि स्वच्छतेच्या बाबतीत प्रवण असतात. परंतु वास्तवता भिन्न आहे हे पुढील तथ्यांवरून आढळून येते.

- भारतामध्ये ५८६१ पैकी ४८६१ शहरांमध्ये (अगदी आंशिक) सांडपाणी व्यवस्थेचे जाळे (सीवरेज नेटवर्क) नाही.
- जवळपास १८ टक्के नागरी कुटुंब उघड्यावर शौच करतात.
- सांडपाणी प्रक्रियेचे अल्प प्रमाण - सर्व सांडपाण्यापैकी २५ टक्केपेक्षा कमी

सांडपाण्यावर प्रक्रिया केली जाते.

वर्ष २००१च्या जनगणनेनुसार १२.०४ दशलक्ष (७.८७%) नागरी कुटुंबांना शौचालय सुविधा उपलब्ध नव्हती आणि ते उघड्यावर शौच करत होते. ५.४८ दशलक्ष (८.१३%) नागरी कुटुंबे सामुदायिक शौचालये (Community Toilets) वापरत होती. तर १३.४ दशलक्ष कुटुंब (१९.४९%) सामायिक शौचालये (shared latrines) वापरत होती. १२.४७ दशलक्ष (१८.५%) कुटुंबांना ड्रेनेज नेटवर्क उपलब्ध नव्हते. २६.८३ दशलक्ष (३९.८%) कुटुंब निवस्थाने उघड्या नाल्यांना जोडलेली होती. शहरी गरिबांची स्थिती तर आणखी वाईट होती. शौचालय नसलेल्या अधिसूचित आणि अधिसूचित नसलेल्या झोपडपट्ट्यांची टक्केवारी अनुक्रमे १७ टक्के आणि ५१ टक्के होती. नागरी भारतात निर्माण होणाऱ्या एकूण मानवी मूलमूत्राच्या ३७ टक्केपेक्षा जास्तची असुरक्षितपणे विल्हेवाट लावली जात होती. हे देशाच्या सकल घरेलू उत्पादनामध्ये (जीडीपी) ६० टक्क्यापेक्षा जास्त योगदान देणाऱ्या शहरी भागांवर महत्त्वपूर्ण सार्वजनिक आरोग्य आणि पर्यावरणीय खर्च लादते. प्रक्रिया न केलेल्या घरगुती/महानगरपालिका सांडपाण्याच्या अपुऱ्या विसर्जनामुळे संपूर्ण भारतातील पृष्ठभागावरील पाण्यापैकी ७५ टक्के पाणी दूषित झाले आहे.[७]

नागरी स्वच्छतेचे मुख्य प्रश्न खालीलप्रमाणे.

अल्प पायाभूत सुविधा - यामध्ये कमी गुंतवणूक, ऐतिहासिक दुर्लक्ष, गुंतवणूक तात्पुरत्या तत्त्वावर केली जाते, नेहमी ही लक्षवेधी समस्या आहे.

कमी सेवा व्यापकता - यामध्ये निकष आधारे दृष्टिकोन, सुधारीत सेवा देण्याऐवजी व्यक्तीगत प्रकल्प आणि संपत्ती निर्माणवर लक्ष देणे, जमीन भाड्यामधील अनिश्चितता, दुर्बल संस्थात्मक रचना, अनेक संस्थांमध्ये समन्वय नाही, मर्यादित तांत्रिक निष्णात, संस्थात्मक निधीची उपलब्धता नाही इ. समाविष्ट आहे.

खालील प्रमुख धोरण समस्यांचे निराकरण करणे आवश्यक आहे.

अल्प जागरूकता - स्वच्छतेला कमी प्राधान्य दिले गेले आहे आणि सार्वजनिक आरोग्याशी त्याच्या अंतर्निहित संबंधांबद्दल अल्प जागरूकता आहे.

स्वच्छतेचे सामाजिक आणि व्यवसायिक पैलू - योग्य कायदेशीर

---

[7] National Urban Sanitation Policy, Ministy of Urban Development, Nirman Bhawan, Government of India, https://www.mohua.gov.in/upload/uploadfiles/files/NUSP_0.pdf

आराखडा असूनही हाताने स्वच्छतेच्या निर्मूलनाच्या दिशेने मर्यादित प्रगती आहे. स्वच्छता कामगारांद्वारे दररोज व्यावसायिक धोक्याकडे थोडेसे किंवा कोणतेही लक्ष दिले गेले नाही.

विखंडित संस्थात्मक भूमिका आणि जबाबदाऱ्या - यामध्ये मोठ्याप्रमाणात अंतर आहे आणि राष्ट्रीय, राज्य आणि शहर पातळीवर संस्थात्मक भूमिका व जबाबदाऱ्यांमध्ये गोंधळ आहे.

एकात्मिक शहरव्यापी दृष्टिकोनाचा अभाव - सध्या स्वच्छता गुंतवणूक ही विखंडीत पद्धतीने नियोजित आहे आणि सुरक्षिततेचे संपूर्ण चक्र, बंदिस्तपणा, उपचार आणि सुरक्षित विल्हेवाट विचारात घेतली जात नाही.

मर्यादित तंत्रज्ञान निवडी - तंत्रज्ञान मर्यादित पर्यायांवर केंद्रित केले आहे जे किफायतशीर ठरले नाही आणि गुंतवणुकीची निरंतरता हा एक प्रश्न आहे.

सेवा नसलेल्या आणि गरीबांपर्यंत पोहोचणे - शहरी गरीब समुदाय तसेच इतर रहिवासी जागा किंवा आर्थिक अभावामुळे, सुरक्षित स्वच्छतेसाठी परवडणारी घरे नसल्यामुळे त्यांना सुरक्षित शौच उपलब्ध होण्यात अडथळे आहेत.

मागणी प्रतिसादाचा अभाव - सार्वजनिक संस्थांद्वारे मागणी आणि प्राधान्यांचा विचार न करता पुरवठा चलित पद्धतीने स्वच्छता सेवा पुरविली गेली पाहिजे.

५.९. नागरीकरण आणि आरोग्य समस्या (Urbanisation and Health Issues)

भारतामध्ये नागरी लोकसंख्येला आरोग्य सुविधा मर्यादित प्रमाणात उपलब्ध आहेत. विशेषत: जेव्हा भारतातील प्राथमिक काळजीचा विस्तार केला जातो उदा. NCT दिल्लीमध्ये फक्त ८ प्राथमिक आरेग्य केंद्र (PHCs) आहे, कोणतीही सामुदायिक आरोग्य केंद्र (CHC) नाहीत आणि जवळपास १३४ तृतीयक काळजी रुग्णालये आहेत ज्यामध्ये सामान्य तसेच विशेष सुपर आणि बहुविशेषता रुग्णालये समाविष्ट आहेत. याशिवाय ३३ दावाखाने आहेत ज्यात कोणतीही अंतररुग्ण सुविधा नाही तर फक्त निरीक्षण बेड आहेत. शहरी भागातील प्राथमिक आरोग्य सेवा व्यवस्थेच्या इतकी ग्रामीण भागातील आरोग्य सेवा इतकी प्रभावीत झालेली नाही. शहरी भागातील गरीब आणि उपेक्षित समुदायांपर्यंत पोहोचणे आणि न्याय्य आरोग्य परिणामांची खात्री करणे यात बरीच आव्हाने आहेत.

आतापर्यंतचे धोरण मुख्यत: ग्रामीण आणि आदिवासी भागातील आरोग्य सेवांमध्ये सुधारणा करणे आणि आरोग्य यंत्रणा मजबूत करण्यावर केंद्रित आहे. नागरी भागातील गरीब आणि उपेक्षित लोक ज्यांची संख्या दिवसेंदिवस वाढत चालली आहे अशा लोकांना आजाराच्या संकटांना तोंड द्यावे लागत आहे. शहरी भागातील आरोग्य आणि पोषण निर्देशक ग्रामीण भागांइतकेच निम्न पातळीवर आहेत.

[8]पाच वर्षांखालील जवळपास ३८ टक्के गरीब मुले ही नागरी भागातील आहेत. नागरी गरीब जे एकूण नागरी लोकसंख्येच्या २६ टक्के आहेत त्यांचा पुरेशा सेवांच्या अभावामुळे आरोग्य आणि पोषणाचे परिणाम आणखी गंभीर आहेत. जवळपास ३६ टक्के नागरी मुले ही पूर्ण लसीकरणास मुकतात; जे शहरी गरिबांमध्ये ५८ टक्के इतके जास्त आहेत.

भारताच्या सकल घरेलू उत्पादनामध्ये (जीडीपी) नागरी लोकसंख्येचा वाटा ६५ टक्के इतका आहे जो वर्ष २०२० साली ७०-७५ टक्के वर जाईल (बार्कलेचा अहवाल २०१४) असा अंदाज होता. नागरी दरडोई जीडीपी (रु. ५६,३४७ प्रती वर्ष) हे ग्रामीण (रु. ३०,३४२) पेक्षा जवळपास दुप्पट आहे. अर्थव्यवस्थेत इतका फरक असूनही नागरी भागातील आरोग्य आणि पोषणाची स्थिती ग्रामीण भागाइतकीच गंभीर आहे किंबहुना नागरी गरिबांची स्थिती ग्रामीण गरिबांपेक्षा चिंताजनक आहे.

सार्वजनिक आरोग्य वितरण प्रणालीमध्ये अपूर्णत: - वर्तमान परिस्थितीमुळे आरोग्य आणि पौष्टिक परिणाम चिंताजनक होत आहेत हे संशोधक आणि अभ्यासकांनी स्थापित केले आहे. नागरी लोकसंख्या, प्रामुख्याने गरीब आणि उपेक्षित वस्तीत व अवस्थेत आहे. कारण त्यांच्यापर्यंत पोहोचण्यासाठी नागरी सार्वजनिक आरोग्य वितरण प्रणाली अपुरी आहे. कारण त्यांचे स्थान, त्यांचे कामाचे ठिकाण जसे की बांधकाम ठिकाण इ. तसेच आर्थिक संसाधनांचा अभाव आणि अरोग्य विमा व उपलब्ध खासगी सुविधांपर्यंत त्यांचा प्रवेश रोखतात.

नागरी प्रशासनाचे सक्षमीकरण - आरोग्य सेवांच्या प्रभावी वितरणामध्ये नागरी प्रशासन सर्वात महत्त्वाचे आहे. १९९० पासून नागरी आरोग्य धोरणाच्या नावाखाली अनेक प्रयत्न झाले आहेत. तरीही नागरी स्थानिक संस्था (ULBs)

---

[8] https://www.niti.gov.in/does-india-need-new-strategies-improving-urban-health-and-nutrition access dt 13/12/2024

लोकशाही प्रशासनाचा हा तिसरा स्तर आरोग्य आणि पोषण सेवांच्या वितरणात तसेच लक्षवर्धित बाबतीत कमकुवत आहे. १९९२ मध्ये नागरी स्थानिक स्वराज्य संस्थांची सार्वजनिक आरोग्य क्षमता बळकट करण्यासाठी ७४वी घटना दुरुस्ती (ज्याला नगरपालिका कायदा देखील म्हणतात) तयार करण्यात आली. १५व्या वित्त आयोगाने स्थानिक संस्थांच्या निधी हस्तांतरणाची प्रक्रिया संस्थात्मक करणे आवश्यक आहे जेणे करून राज्य सरकारकडून त्यांची कमाई निर्माण करण्याची क्षमता वाढविण्यासाठी आणि अशा अधिक सेवा प्रदान करण्यासाठी या संसाधनांचा वापर करण्यासाठी त्यांची क्षमता निर्माण करण्यासाठी प्रोत्साहित आणि सशक्त केले पाहिजे. नागरी प्रशासनाचे उत्तम वित्तपुरवठा पर्यायांसह त्याची अंमलबजावणी आणि देखरेख या दोन्हीसाठी मानवी संसाधनांच्या आव्हानांवर मात करेल असे सक्षमिकरण केले पाहिजे.

केंद्र सरकारने २०१३ मध्ये हे आव्हान ओळखले होते आणि देशात राष्ट्रीय शहरी आरोग्य अभियान (NHUM) सुरू करण्यात आले. राष्ट्रीय नागरी आरोग्य अभियानाने नियामक, सुधारात्मक आणि विकासात्मक सार्वजनिक आरोग्य प्राधान्यांच्या पूर्ततेसाठी पद्धतशीरपणे काम केले आहे. तथापि, नागरी भागात प्राथमिक आरोग्य सेवांची मोठी कमतरता आहे. प्राथमिक सेवेची व्याप्ती उपचारात्मक सोबत प्रतिबंधात्मक आणि प्रोत्साहनात्मक आरोग्य सेवांपर्यंत वाढली पाहिजे. मुंबई, सुरत, अहमदाबाद इ. अनेक नागरी स्थानिक संस्थांनी आरोग्य आणि पोषण केंद्रांवर लक्ष केंद्रित करण्यासाठी एकत्रित प्रयत्न केले आहेत. तत्सम प्रारूप/कल्पना त्यांना प्रोत्साहन देण्यासाठी आणि त्यांच्या प्रयत्नांना चालना देण्यासाठी धोरणात्मक लक्षासह पद्धतशीर केल्या जाऊ शकतात.

नागरी गरिबांची आरोग्य स्थिती खालीलप्रमाणे.

- नागरी गरिबांमध्ये सरासरी ३२.८ टक्के मुलं कमी वजनाची आहेत
- सरासरी १९.३ टक्के महिला शिकलेल्या नाहीत.
- संस्थात्मक (दवाखान्यात) प्रसूतीचे प्रमाण सरासरी ६७.५ टक्के आहे.
- सरासरी ६२.९ टक्के ॲनिमिक आहे.
- मागील ४ दशकात भारतात हृदयविकाराचा प्रसार ग्रामीण भागात अंदाजे ३-४ टक्के आणि नागरी भागात ८-१० टक्के हा २० वर्षांहून अधिक वयाच्या प्रौढांमध्ये झाला आहे. हे प्रमाण ग्रामीण भागात दुप्पट आणि नागरी भागात सहा पट वाढ दर्शविते. प्रौढांमध्ये मधुमेहाचे प्रमाण ग्रामीण भागात ३.८

टक्के आणि नागरी भागात ११.८ टक्के इतके आहे.

- उच्च रक्तदाबाचा प्रसार नागरी प्रौढांमध्ये २०-४० टक्केच्या दरम्यान असल्याचे नोंदवले गेले आहे.
- २०११ साली दम्याचे ६६.६ लाख रुग्ण होते.

समारोप

जागतिक पातळीवर वाढते नागरीकरण, ग्रामीण नागरी स्थलांतर, वाढती नागरी लोकसंख्या यामुळे नागरी विकासावर खूपमोठा ताण निर्माण झाला आहे. भारतातही विशेषत: १९९०च्या दशकानंतर नागरीकरणाची गती खूप मोठ्याप्रमाणात वाढली आहे. तसेच देशातील असंतुलित औद्योगिक व आर्थिक विकासामुळे देशातील विशिष्ट क्षेत्रात खूप मोठ्याप्रमाणात नागरीकरण घडून आले आहे. उदा. मुंबई व ठाणे जिल्हा तर आता नागरी क्षेत्र म्हणून ओळखले जाऊ लागले आहे. त्याचबरोबर पुणे, नाशिक यांसारख्या शहरांमध्येही नागरी क्षेत्रामध्ये खूप मोठ्याप्रमाणात वाढ झाली आहे. त्यामुळे नागरी सोयीसुविधांवर मोठा ताण निर्माण झाला. विकासाच्या या प्रक्रियेमध्ये मोठ्याप्रमाणात नागरी समस्या देखील वाढत आहे. देशातील नागरी भागात आज वाहतुकीची समस्या मोठी जटिल समस्या बनली आहे. त्याचबरोबर नागरी प्रदूषण ही समस्या देखील गंभीर बनली आहे. तर नागरी क्षेत्रात स्वच्छ पाणीपुरवठा, आरोग्य सुविधा यांसारख्या सेवासुविधांवरही मोठा ताण पडला आहे. त्यामुळे विकासाचा असमतोल कमी करून देशातील इतर क्षेत्रातही विकासाला चालना दिली गेली पाहिजे. त्यामुळे नागरी समस्या मर्यादित ठेवता येऊ शकतील.

६

भारतातील नागरी विकास धोरण

(Urban Development Policy in India)

प्रस्तावना

भारतामध्ये २० व्या शतकाच्या शेवटच्या दशकात जलद आर्थिक विकास आणि त्यासाठी आवश्यक असणारा जलद औद्योगिक विकास साधण्याच्या प्रक्रियेमध्ये अनेक धोरणात्मक निर्णय घेण्यात आले. त्यामुळे दळणवळणाच्या सोयीसुविधा विशेषत: नागरी भागात मोठ्याप्रमाणात उपलब्ध होऊ लागल्या आणि नागरीकरणाला मोठी गती मिळाली. रस्ते विकास, रेल्वे विकास, बस वाहतूक, मेट्रो वाहतूक, प्रवासी कार, रिक्षा इत्यादीची भूमिका या विकासाच्या प्रक्रियेमध्ये महत्त्वाची ठरली. परंतु वाढत्या नागरीकरणामुळे वाढती लोकसंख्या, झोपडपट्टीच्या समस्या, वाढते उद्योगधंदे, वाढते प्रदूषण, वाहतूक समस्या इत्यादी समस्यांवरील उपाययोजना म्हणून काही धोरणात्मक निर्णयही वेळोवेळी घेण्यात आले. नागरीकरणाच्या प्रक्रियेतील या अत्यंत महत्त्वाच्या धोरणात्मक निर्णयांचा अभ्यास करून त्याचे मूल्यमापन करणे अर्थशास्त्राच्या अभ्यासात अत्यंत महत्त्वाचे आहे. त्यादृष्टिकोनातून भारतामध्ये वेळोवेळी आखण्यात आलेल्या विविध नागरी विकासाच्या धोरणांची चर्चा खालीलप्रमाणे.

६.१. नागरी समुदाय विकास कार्यक्रम-१९५८ (Urban Community Development Programme-1958)

भारतामध्ये प्रथम नागरी समुदाय विकास कार्यक्रमाची सुरुवात फोर्ड

फाऊंडेशनच्या मदतीने १९५८ साली झाली. त्यानंतर अहमदाबाद (१९६२), बडोदा (१९६५) आणि कलकत्ता (१९६६)हे प्रकल्प झाले. ग्रामीण-नागरी संबंध समितीच्या अहवालामध्ये (१९६६) नागरी समुदाय विकास कार्यक्रमावर काही तपशीलवार विचार केला गेला आणि देशव्याप्ती स्तरावर नागरी समुदाय विकास कार्यक्रम कोणत्या धर्तीवर राबवला जाऊ शकतो याविषयी शिफारशी केल्या गेल्या.

तिसऱ्या पंचवार्षिक योजनेच्या अंतिम वर्षात, केंद्रीय आरोग्य मंत्रालयाने १ लाख किंवा त्याहून अधिक लोकसंख्या असलेल्या निवडक शहरांमध्ये २० पथदर्शी प्रकल्प सुरू केले. प्रत्येक प्रकल्पाची रचना ही ५० हजार लोकसंख्येला अंदाजे ६ हजार लोकसंख्येसह मोहल्ला-स्तरीय समित्यांमध्ये उपविभाजित केले गेले होते. त्यामध्ये प्रत्येकी ५०० लोकसंख्येचा समावेश असलेल्या १२ प्राथमिक युनिटमध्ये उपविभाजित केले गेले. योजनेने एक विशिष्ट कर्मचारी नमुना प्रदान केला होता. त्यामध्ये एक प्रकल्प अधिकारी आणि ८ समुदाय संघटक काही स्वयंसेवी कार्यकर्त्यांना समर्थित ज्यासाठी वार्षिक ५० हजार रु. वाटप करण्यात आले. १५ हजार रुपये वेगळे अनुदान समतुल्य योगदानाच्या आधारावर शेजारच्या समुदायाने हाती घेतलेल्या स्थानिक विकासात्मक उपक्रमांसाठी प्रदान केले गेले. मात्र हा खर्च निम्मा निम्मा या आधारावर केंद्र सरकार आणि उर्वरित राज्य सरकार व संबंधित स्थानिक प्रशासन संस्था यांनी वाटून घेण्याचे ठरले. प्रशिक्षण, मूल्यामापन आणि संशोधनावरील खर्च केंद्र सरकारकडून करावा लागणार होता.

६.२. जवाहरलाल नेहरू राष्ट्रीय नागरी पुनर्निमाण अभियान (Jawaharlal Nehru National Urban Renewal Mission-JNNURM)

जवाहरलाल नेहरू राष्ट्रीय नागरी नुतनीकरण/पुनर्निमाण अभियानाची सुरुवात ३ डिसेंबर २००५ रोजी झाली. त्यासाठी निवड केल्या गेलेल्या ६३ शहरांच्या सुधारणेला आणि जलदगती नियोजित विकासाला प्रोत्साहन देण्यासाठी हा सर्वात मोठा राष्ट्रीय नागरी उपक्रम होता. त्यामध्ये नागरी पायाभूत सुविधा आणि सेवा वितरण यंत्रणा, सामुदायिक सहभाग आणि नागरीकांप्रती नागरी स्थानिक स्वराज्य संस्थेच्या (ULB/Parastatl) उत्तरदायित्वावर लक्ष केंद्रित करणे आवश्यक मानले गेले होते. यामध्ये दोन उप-अभियानांचा समावेश होता. (१) शहरी पायाभूत सुविधा आणि प्रशासन आणि, (२) शहरी गरीबांसाठी मूलभूत सेवा. वर्ष २००५-

०६ पासून ७ वर्षांच्या कालावधीसाठी एकूण ५० हजार कोटी रुपयाच्या अंदाजीत तरतुदीसह नागरी क्षेत्रातील केंद्र सरकारचा हा सर्वात मोठा उपक्रम होता.

उद्दिष्टे - आर्थिकदृष्ट्या उत्पादक, कार्यक्षम, न्याय्य आणि प्रतिसाद देणारी शहरे निर्माण करणे हे या अभियानाचे प्राथमिक उद्दिष्ट होते. या उद्दिष्टाच्या अनुषंगाने या अभियानामध्ये खालील बाबींवर लक्ष केंद्रित केले गेले.

- पायाभूत सेवांचा एकात्मिक विकास
- दीर्घकालीन प्रकल्पासाठी मालमत्ता निर्मिती आणि देखभाल यांच्यातील संबंध सुरक्षित करणे
- शहरी पायाभूत सेवांमध्ये गुंतवणुकीच्या प्रवाहाला गती देणे,
- सुंदर-शहर क्षेत्र, वाढ आणि शहरी कॉरिडॉरसह शहरांचा नियोजनबद्ध विकास,
- शहरातील अंतर्गत भागांचे नुतनीकरण आणि पुनर्विकास, आणि
- शहरी सेवांचे सार्वत्रिकीकरण जेणे करून शहरी गरीबांना त्यांची उपलब्धता सुनिश्चित करता येईल.

या अभियानाची रचना खालील नागरी सुधारणा करण्यासाठी केली होती.

- पाण्यातील खारटपणा पृथक्करण यंत्रणेच्या स्थापनेसह पाणीपुरवठा
- सांडपाणी आणि स्वच्छता
- रुग्णालयातील कचरा व्यवस्थापनासह घनकचरा व्यवस्थापन
- नाले आणि वादळ-पाऊस पाण्याचा निचरा प्रणालीचे बांधकाम आणि सुधारणा
- रस्त्यांचे जाळे, शहरी वाहतूक, बस आणि ट्रक थांबे (टर्मिनल्सचे)इत्यादीचे बांधकाम आणि विकास
- शहरांच्या अंतर्गत भागांचे नुतनीकरण आणि पुनर्विकास
- वारसा स्थळांचा-क्षेत्रांचा विकास
- जलस्त्रोतांचे संरक्षण
- झोपडपट्ट्यांचा एकात्मिक विकास म्हणजे झोपडपट्टीतील घरे आणि पायाभूत सुविधांचा विकास
- शहरी गरीबांसाठी मूलभूत सेवांची तरतूद आणि
- पथदिवे

अभियानाचे अपेक्षित परिणाम - अभियानाचा कालावधी पूर्ण झाल्यावर,

नागरी स्थानिक स्वराज्य संस्था आणि पॅरास्टेटल एजन्सींनी खालील बाबी साध्य केल्या असतील अशी अपेक्षा होती.

- सर्व नागरी सेवा आणि प्रशासन कार्यासाठी आरेखित केलेले मोडेम आणि पारदर्शक अर्थसंकल्प, लेखा, वित्तीय व्यवस्थापन प्रणाली स्वीकारली जाईल.
- नियोजन आणि प्रशासनासाठी नगरव्यापी आराखडा स्थापित केला जाईल आणि कार्यान्वित होईल
- सर्व शहरी रहिवासी, नागरी सेवांच्या मूलभूत स्तरावर प्रवेश प्राप्त करण्यास सक्षम असतील
- महसुलाच्या प्रमुख साधनांमध्ये सुधारणा करून, नागरी प्रशासन आणि सेवा वितरणासाठी आर्थिकदृष्ट्या स्वयं-निर्भर संस्था स्थापन केल्या जातील
- स्थानिक सेवा आणि प्रशासन पारदर्शक आणि नागरिकांना उत्तरदायी अशा पद्धतीने सुरू केले जाईल.
- सी-प्रशासन उपयोजन (गव्हर्नन्स ॲप्लिकेशन्स) नागरी स्थानिक संस्थांच्या (ULBs/Parastatal) मुख्य कार्यांमध्ये सादर केले जातील ज्यामुळे सेवा वितरण प्रक्रियेची किंमत आणि वेळ कमी होईल.

६.३. एकात्मिक गृहनिर्माण आणि झोपडपट्टी विकास कार्यक्रम (Integrated Housing and Slum Development Programme - IHSDP)

भारत सरकारने एकात्मिक गृहनिर्माण आणि झोपडपट्टी विकास कार्यक्रम हा राष्ट्रीय विकास कार्यक्रम (NSDP) आणि वाल्मिकी आंबेडकर आवास योजना (VAMBAY) यांच्या विलीनीकरणाद्वारे सुरू केला. एकात्मिक गृहनिर्माण आणि झोपडपट्टी विकास कार्यक्रम हा जवाहरलाल नेहरू राष्ट्रीय नागरी नूतनीकरण अभियानाचा एक घटक आहे, जो डिसेंबर २००५ मध्ये सुरू करण्यात आला होता. या कार्यक्रमाचा मूळ उद्देश हा चिन्हांकित केलेल्या शहरी भागातील झोपडपट्टी वासीयांना मूलभूत पायाभूत सुविधा उपलब्ध करून देणे, पुरेसा निवारा प्रदान करून निरोगी आणि सक्षम नागरी वातावरणासह सर्वांगीण झोपडपट्टी विकासासाठी प्रयत्न करणे हा आहे.

हा केंद्र सरकार पुरस्कृत कार्यक्रम आहे. निधीची वाटणी केंद्र सरकार आणि

राज्य सरकार/शहरी स्थानिक संस्था/पॅरास्टेटल यांच्यात ८०:२० गुणोत्तराच्या प्रमाणात आहे. जवाहरलाल नेहरू राष्ट्रीय नागरी नूतनीकरण अभियाना अंतर्गत समाविष्ट असलेली शहरे वगळून ही योजना सर्व नगरांना लागू होईल. या योजनेंतर्गत लक्ष्य गट हा समूहाच्या दृष्टिकोनातून समाजाच्या सर्व वर्गातील झोपडपट्टीत राहणारे लोक आहेत.

या योजनेच्या मार्गदर्शक तत्त्वांनुसार, राज्ये/केंद्रशासित प्रदेश घरांचे उच्चवर्ग सुधारणा/नवीन बांधकाम आणि पाणीपुरवठा, सांडपाणी, पाव साळी पाणी जलवाहिनी, समुदाय स्नान, गल्लीची फरसबंदी यासारख्या पायाभूत सुविधांसह सुधारणा/सुधारणा/पुनर्स्थान पथदिवे, सामुदायिक शौचालय इत्यादी प्रकल्पांसाठी केंद्रीय सहाय्य घेऊ शकतात. योजनेच्या मार्गदर्शक तत्त्वांनुसार घराच्या बांधकाम/ सुधारणांसाठी लाभार्थ्याने देखील नाममात्र योगदान देणे आवश्यक आहे (सर्वसाधारण श्रेणीसाठी १२ टक्के आणि अनुसूचित जातींसाठी १० टक्के). या कार्यक्रमानुसार २००८-०९ पूर्वी मंदतीची कमाल मर्यादा निवासस्थानासाठी रुपये ८० हजार होती. परंतु भारत सरकारने २००८-०९ मध्ये मार्गदर्शक तत्त्वांमध्ये बदल करून कमाल मर्यादा प्रति निवासस्थान रुपये १ लाख इतकी वाढवली आहे. यामध्ये २५ चौ.मी. क्षेत्रफळहून कमी नाही आणि शक्यतो दोन खोल्या राहण्याची सोय तसेच स्वयंपाकघर आणि शौचालय बांधावे.

एकात्मिक गृहनिर्माण व झोपडपट्टी विकास कार्यक्रम हा खालील निकषांतर्गत येणाऱ्या सर्व नगरांना वा शहरांना लागू आहे.

- किमान लोकसंख्या ५ हजार
- किमान ७५ टक्के पुरुष कार्यरत लोकसंख्या बिगर कृषी व्यवसायात गुंतलेली, आणि
- लोकसंख्येची घनता किमान ४०० व्यक्ती प्रति.चौ.कि.मी.

खालील प्रमुख घटक मूलभूत नागरी सुविधा कार्यक्रम (BSUP) आणि एकात्मिक गृहनिर्माण व झोपडपट्टी विकास कार्यक्रमांतर्गत घेतले जाऊ शकतात.

- झोपडपट्ट्यांचा एकात्मिक विकास म्हणजे चिन्हांकित केल्या गेलेल्या झोपडपट्ट्यांमध्ये गृहनिर्माण आणि पायाभूत सुविधा प्रकल्पांचा विकास.
- शहरी गरीबांसाठी मूलभूत सेवांचा विकास/सुधारणा/देखभाल यासाठी प्रकल्प.
- झोपडपट्टी सुधारणा आणि पुनर्वसन प्रकल्प

- पाणी पुरवठा/सांडपाणी/ड्रेनेज, सामुदायिक शौचालय/स्नानगृह, नाले/पावसाळी पाण्याचे ड्रेनेज बांधकाम आणि सुधारणा इत्यादीवरील प्रकल्प
- झोपडपट्टीतील रहिवासी/शहरी गरिब/आर्थिक मागास वर्ग/अल्प उत्पन्न वर्ग यासाठी परवडणाऱ्या किंमतीत घरे.
- झोपडपट्ट्यांची पर्यावरणीय सुधारणा आणि घनकचरा व्यवस्थापन
- पथदिवे
- नागरी सुविधा जसे की, समुदाय सभागृह, बालक देखभाल केंद्र इ.
- या घटकांतर्गत तयार केलेल्या मालमत्तेचे संचालन आणि देखभाल आणि
- शहरी गरीबांसाठी आरोग्य, शिक्षण आणि सामाजिक सुरक्षा योजनांचे एकत्रिकरण

६.४. राष्ट्रीय नागरी स्वच्छता धोरण-२००८ (National Urban Sanitation Policy - NUSP 2008)

स्वच्छतेची व्याख्या मानवी मलमूत्राचे सुरक्षित व्यवस्थापन, सुरक्षित बंदिस्त प्रक्रिया, विल्हेवाट आणि स्वच्छता संबंधित पद्धतींसह केली जाते. हे धोरण आरोग्य आणि पर्यावरणीय प्रभावांवर असताना हे ओळखले जाते की अविभाज्य उपयांमध्ये पर्यावरणीय स्वच्छतेच्या इतर घटकांचा विचार करणे आवश्यक आहे जसे की घनकचरा व्यवस्थापन, औद्योगिक आणि इतर विशेष/धोकादायक कचऱ्याची निर्मिती, ड्रेनेज, तसेच पिण्याच्या पाण्याच्या पुरवठ्याचे व्यवस्थापन इ.

ऑक्टोबर २००८ मध्ये राष्ट्रीय स्वच्छता धोरणाची सुरुवात करण्यात आली. भारत सरकारने भारतातील सर्व शहरे आणि नगरे निरोगी आणि राहण्यायोग्य बनविण्याच्या तसेच तेथील नागरिकांचे आरोग्य आणि कल्याण सुनिश्चित करण्याच्या उद्देशाने राष्ट्रीय नागरी स्वच्छता धोरण जाहीर केले आहे.

या धोरणाने हे निश्चित केले आहे की, सर्व शहरे उघड्यावर शौचासह, सर्व मानवी कचरामुक्त होतील आणि द्रव कचरा गोळा केला जाईल आणि सुरक्षितपणे प्रक्रिया केली जाईल आणि स्वच्छता सुविधांच्या कार्याची आणि देखभालींसाठी पुरेशी संसाधने उपलब्ध असतील.

उद्देश/उद्दिष्ट - देशातील नागरी भागात स्वच्छतेला प्रोत्साहन देण्यासाठी राष्ट्रीय नागरी स्वच्छता धोरण २००८ मधील उद्दिष्ट प्रदान केल्यानुसार, या क्षेत्रातील उत्कृष्ट कामगिरी ओळखण्यासाठी भारत सरकाराचा शहरांसाठी वार्षिक गुणांकन

(रेटिंग्ज) पुरस्कार योजना सुरू करण्याचा मानस होता. त्यासाठी सुधारीत सार्वजनिक आरोग्य आणि पर्यावरणीय मानके हे दोन परिणाम होते जे शहरांनी शहरी नागरिकांसाठी सुनिश्चित केले पाहिजेत या आधारावर हा पुरस्कार आधारीत आहे. असे करताना, राज्य आणि नागरी भागातील सरकारांनी संपूर्ण शहरव्यापी स्वच्छता योजना आखणे आणि अंमलात आणणे आवश्यक आहे, ज्यामुळे नगरांमध्ये आणि आसपासच्या पर्यावरणावर प्रतिकूल परिणाम न होता सुरक्षित वापर संकलन, बंदिस्त आणि विल्हेवाट (वाहतूक, प्रक्रिया आणि/किंवा पुनर्वहन यासह) संबंधित उद्दिष्टांपर्यंत पोहोचण्यास मदत करणाऱ्या प्रक्रिया ठेवल्या जातील. यामध्ये हे लक्षात घेतले पाहिजे की हा पुरस्कार केवळ निविष्ठा, हार्डवेअर किंवा नागरी स्वच्छतेसाठी केलेला खर्च म्हणून ओळखणार नाही तर शाश्वत आधारावर शहरातील कचऱ्याची १०० टक्के सुरक्षित विल्हेवाट लावण्याच्या अंतिम परिणामाच्या दिशेने मध्यवर्ती टप्पे कसे गाठले याचे मूल्यांकन केले जाईल.

या धोरणामध्ये असे निश्चित करण्यात आले की, शहरांचे गुणांकन एक आधाररेखा तयार करते ज्याचा उपयोग आपल्या शहरांमधील स्वच्छतेच्या संदर्भात प्रगती मोजण्यासाठी केला जाऊ शकतो आणि आगामी वर्षांमध्ये शहरांना अधिक चांगली कामगिरी करण्यासाठी प्रोत्साहित करणे अपेक्षित आहे. गुणांकनाच्या निकालांच्या आधारे, सर्वोत्कृष्ट कामगिरी करणाऱ्या शहरांना ‘निर्मल शहर पुरस्कार’ हा राष्ट्रीय पुरस्कार देऊन गौरवान्वित केले जाईल.

या अभ्यासातून निम्म्याहून अधिक शहरे निळ्या किंवा काळ्या श्रेणीतील असल्याचे स्पष्ट झाले आहे. निळ्या श्रेणीतील चार शहरे अशी आहेत की ज्यांना ६६ हून अधिक गुण मिळाले आहेत, मात्र त्यांना १०० पैकी ९० पेक्षा कमी गुण मिळाले आहेत. जवळपास सर्व शहरे ही हाताने घाण साफ करण्याचे पूर्णपणे निर्मूलन केल्याचा अहवाल देतात. तसेच ५० पेक्षा अधिक शहरे त्यांच्या शहरांमध्ये मानवी मलमूत्राचे ९० टक्के किंवा त्याहून अधिक सुरक्षित संकलन झाल्याची नोंद करतात. २४ शहरे त्यांच्या घनकचऱ्यापैकी ८० टक्क्यांहून अधिक कचरा गोळा करतात, अन्य ६ शहरे जवळपास १०० टक्के प्राथमिक संकलनाची उत्कृष्ट कामगिरी दर्शवितात. बहुतेकांसाठी प्रक्रिया हे एक मोठे आव्हान आहे. १७ शहरांनी त्यांच्या किमान ६० टक्के कचऱ्यावर प्रक्रिया केली आहे. बहुतेक शहरांनी प्रक्रिया निर्देशाकांमध्ये चांगली कामगिरी केली आहे, विशेषत: मोठ्या शहरांनी. परंतु उद्देश आणि परिणाम निर्देशाकांचे परिणाम मिश्रित आहेत. शहरी गरिबांसाठी

सामुदायिक आणि सार्वजनिक शौचालयांची उपलब्धता सुधारण्यासाठी आणि उघड्यावर शौचास जाणे थांबवण्यासाठी बरेच प्रयत्न करणे आवश्यक आहे हे देखील या अभ्यासातून अधोरेखित करण्यात आले होते.

संपूर्ण स्वच्छ शहरांची संकल्पना - राष्ट्रीय नागरी स्वच्छता धोरणामध्ये नमूद केलेले उद्दिष्ट किंवा टप्पे गाठलेले पूर्णत: स्वच्छ शहर कसे असेल? त्याची ठळक वैशिष्ट्ये खालीलप्रमाणे.

- शहरे उघड्यावर शौचमुक्त असणे आवश्यक आहे.
- हाताने स्वच्छतेची प्रथा काढून टाकली पाहिजे आणि स्वच्छता कामगारांच्या सुरक्षेसाठी पुरेशी कर्मचारी संरक्षण उपकरणे प्रदान केली पाहिजेत.
- महानगरपालिकेचे सांडपाणी आणि पावसाळी पाणी ड्रेनेज सुरक्षितपणे व्यवस्थापित करणे आवश्यक आहे.
- पिण्यायोग्य नसलेल्या उपयांसाठी प्रक्रिया केलेल्या सांडपाण्याचा पुनर्वापर करणे आणि पुनर्वापर शक्य तेथे लागू केले जावे
- घनकचरा गोळा करून त्याची पूर्णपणे आणि सुरक्षितपणे विल्हेवाट लावली जाते.
- गरिबांसाठी मूलभूत सेवा आणि परिणाम टिकवून ठेवण्यासाठी प्रणाली.
- सुधारीत सार्वजनिक आरोग्य परिणाम आणि पर्यावरणीय मानके.

निधी - शहरी विकास मंत्रालय, भारत सरकार राष्ट्रीय सर्वेक्षण मानंकनासाठी निधी देईल आणि वार्षिक राष्ट्रीय पुरस्कार समारंभ आयोजित करण्यासाठी खर्च करील.

शहरे सरकारच्या अंतर्गत मार्गदर्शक तत्त्वांचे पालन करून पात्र असलेल्या निधीचा वापर करतील. भारत सरकार सहाय्यित (JNNURM, UIDSSMT, VAMBAY इ.) तसेच राज्य सरकारच्या योजना त्यांच्या शहरांसाठी या उद्देशासाठी निधी देखील पूरवू शकतात.

भारत सरकार शहरे आणि राज्य सरकारांच्या पुढील प्रयत्नांना पाठिंबा देईल - (अ) जागरुकता निर्माण करण्यासाठी राष्ट्रीय संप्रेषण मोहीम सुरू करणे, (ब) शहरांसाठी तांत्रिक सहाय्य आणि मार्गदर्शन प्रदान करणे (मार्गदर्शक साहित्य, प्रशिक्षण आणि क्षमता निर्माण इ.), (क) भारत सरकार सहाय्यित योजना जेथे प्रदान केले आहे तेथे सरकारकडून निधी सहाय्य प्रदान करणे आणि (ड) शहरांचे राष्ट्रीय गुणांकन सर्वेक्षण आणि वार्षिक पुरस्कार समारंभासाठी निधी देणे.

६.५. स्वच्छ भारत अभियान (Swachh Bharat Mission - SBM)

स्वच्छ भारत अभियान (नागरी) हे २ ऑक्टोबर २०१४ रोजी सुरू करण्यात आले होते. त्याचे उद्दिष्ट नागरी भारताला उघड्यावर शौचास जाण्यापासून मुक्त करणे आणि देशातील ४०४१ वैधानिक शहरांमध्ये नगरपालिकांनी घनकचऱ्याचे १०० टक्के वैज्ञानिक व्यवस्थापन साध्य करणे हे होते.

स्वच्छ भारत अभियान नागरी २.० - स्वच्छ भारत अभियानाचा दुसरा टप्पा १ ऑक्टोबर २०२१ रोजी सुरू करण्यात आला. ५ वर्षांच्या कालावधीसाठी (ऑक्टोबर २०२६ पर्यंत) या अभियानाचे उद्दिष्ट, सर्व शहरांसाठी 'कचरामुक्त' दर्जा प्राप्त करणे आणि 'स्वच्छ' हे संस्थात्मिकीकरण करणे आहे. या अभियानाची अंमलबजावणी गृहनिर्माण आणि नागरी कार्य मंत्रालय (MoHUA), भारत सरकारद्वारे राज्ये/केंद्रशासित प्रदेशांमार्फत सर्व वैधानिक शहरांमध्ये (जनगणना २०११ नुसार, आणि त्यानंतर जोडलेली वैधानिक शहरे) केली जाईल. शाश्वत विकास उद्दिष्टे २०३०च्या प्राप्तीमध्ये योगदान देण्यासाठी या अभियाना अंतर्गत सर्व शहरे कचरामुक्त करण्यासाठी राज्य/केंद्रशासित प्रदेश आणि स्थानिक नागरी स्वराज्य संस्था (ULBs) यांच्या भागीदारीत भारत सरकार वचनबद्ध आहे. त्यामुळे शेवटी जीवनाचा दर्जा सुधारेल आणि शहरी लोकसंख्येचे राहणीमान सुलभ होईल, अशा प्रकारे शहरी परिवर्तनास कारणीभूत ठरते.

स्वच्छ भारत अभियान नागरी (SBM-U) ची पुढील तीन प्रमुख उद्दिष्टे होती : (अ) १०० टक्के उघड्यावर शौचमुक्त (ODF) दर्जा प्राप्त करणे, (ब) १०० टक्के वैज्ञानिक घनकचरा व्यवस्थापन (SWM) सुनिश्चित करणे आणि (क) वर्तन बदल.

'जनआंदोलन'च्या माध्यमातून २ ऑक्टोबर २०१९ पर्यंत सर्व वैधानिक शहरांमध्ये या अभियानाचा परिव्यय रु. ६२,००९ कोटी होता. त्यामध्ये भारत सरकारचा हिस्सा रु. १४,६२३ कोटींचा होता आणि रु. ४,८७४ कोटींचा किमान राज्याचा वाटा होता. शिल्लक निधी रु. ४२,५३५ कोटी वैयक्तिक लाभार्थी योगदान, पीपीपी-सार्वजनिक खासगी भागीदारी आणि इतर स्त्रोतांद्वारे निर्माण केला जाणार होता.[९]

कचरा सुरक्षित विल्हेवाट लावण्यासह प्रक्रिया न केलेला मल-गाळ किंवा

[9] Swachh Bharat Mission-Urban 2.0, Operational Guidelines October 2021, Ministry of Housing and Urban Affairs Government of India https://sbmurban.org

वापरलेले पाणी पर्यावरणात थेट सोडले जाणार नाही याची खात्री करण्यासाठी आणि सर्व वापरलेले पाणी (सीवरेज आणि सेप्टेज, धूसर पाणी आणि काळे पाणी यासह) सुरक्षितपणे वाहतूक आणि प्रक्रिया केली जाणे समाविष्ट आहे. तसेच प्रक्रिया केलेल्या पाण्याच्या जास्तीत जास्त पुनर्वापरासह, एक लाखापेक्षा कमी लोकसंख्या असलेल्या शहरांसाठी वापरलेले पाणी व्यवस्थापन (UWM) या नवीन घटकाचा समावेश करण्यात आला आहे. सर्व (लेगसी डंपसाइट्सचे) कचरा डेपोचे निराकरण करणे आणि त्यांचे हरित क्षेत्रात (ग्रीन झोनमध्ये) रूपांतर करणे हे देखील त्याचे उद्दिष्ट आहे.

स्वच्छ भारत अभियान नागरी-२.० ची गरज - राष्ट्रीय नमूना पाहणी संस्था (NSSO) ने २०१८ मध्ये अभियानाचे निष्पक्ष मूल्यांकन हाती घेतले होते. याच्या ७६व्या फेरीच्या अभ्यासात (भारतातील पेयजल, स्वच्छता आणि गृहनिर्माण स्थिती जुलै-डिसेंबर २०१८ याविषयासह) आढळून आले की, नागरी भागात ९८ टक्के शौचालये वापरली जात आहेत. पुढे नीती आयोगाने १८ जानेवारी २०२१च्या अहवालात या अभियानासह विविध केंद्रीय प्रायोजित योजनांचे मूल्यमापन केले आहे. त्याच्या शिफारशींमध्ये पुढील गोष्टींचा समावेश आहे.

(अ) सर्वसमावेशक स्वच्छतेसाठी संपूर्ण स्वच्छता मूल्य श्रृंखलेवर लक्ष केंद्रित करण्याची गरज आहे. ज्यामध्ये विष्ठा आणि कचरा संकलन, प्रतिबंध, प्रक्रिया, विल्हेवाट आणि पाण्याचा पुनर्वापर यांचा समावेश आहे. (ब) वेगवेगळ्या प्रकारच्या घनकचऱ्याचे व्यवस्थापन करण्याची गरज (प्लास्टिक, सी आणि डी आणि सॅनिटरी वेस्टसह). (क) कचऱ्याची विल्हेवाट, प्लास्टिक कचऱ्याचे व्यवस्थापन सी आणि डी कचरा यासाठी अर्थसंकल्पीय मदतीची गरज, वरील शिफारशी, इतर गोष्टींबरोबरच अभियान सुरू ठेवण्याची गरज सूचित करतात. शिवाय या अभियानांतर्गत उपलब्ध पुरेशा पायाभूत सुविधांच्या निर्मितीसह दीर्घकाळ टिकून राहणे आवश्यक आहे आणि त्यांची अंमलबजावणी अनेक पटींनी गतीमान करणे आवश्यक आहे.

हे अभियान खालील क्षेत्रातील लक्ष पूर्तीसाठी आवश्यक आहे

कचरामुक्त शहरी भारताची संकल्पना साध्य करण्यासाठी, बांधकाम आणि पाडकाम कचऱ्याचे प्रभावी व्यवस्थापन, प्लास्टिक कचरा व्यवस्थापन यासह स्त्रोतांचे पृथक्करण, संकलन आणि वाहतूक आणि प्रक्रिया यासारख्या मुद्यांवर अधिक लक्ष केंद्रित करणे आवश्यक आहे. प्लास्टिक एकल वापर, आणि सर्व

वारसा डंपसाइट्स सुधारणा करणे.

उघड्यावर शौच (ODF) स्थिती बदलणे आणि सर्व विष्ठा गाळ आणि कचरा (वापरलेले) पाणी सुरक्षितपणे ठेवलेले, वाहतूक, प्रक्रिया आणि विल्हेवाट लावले आहे याची खात्री करणे आवश्यक आहे जेणे करून कोणताही प्रक्रिया न केलेला मल गाळ किंवा वापरलेले पाणी जमिनीला किंवा जल संस्थेला प्रदूषित करणार नाही.

या अभियानाची उद्दिष्टे साध्य करण्यासाठी आणि नागरिकांपर्यंत पोहोचणे आणि जन आंदोलनाद्वारे वर्तन बदल घडवून आणण्यासाठी तसेच सर्व संबंधित भागधारकांची क्षमता वाढविणे आणि कौशल्य निर्माण करणे यावर तीव्र लक्ष केंद्रित करणे आवश्यक आहे.

स्वच्छ भारत अभियान नागरी २.० आता १ ऑक्टोबर २०२१ ते ३१ ऑक्टोबर २०२६ याकालावधीसाठी ५ वर्षांसाठी वाढविण्यात आले आहे. शाश्वत विकास उद्दिष्टे २०३० च्या प्राप्तीमध्ये योगदान देण्यासाठी राज्ये/केंद्रशासित प्रदेश आणि नागरी स्थानिक स्वराज्य संस्थांसह भागीदारीत भारत सरकार या अभियानांतर्गत सर्व शहरे कचरामुक्त करण्यासाठी वचनबद्ध आहे. ज्यामुळे गुणवत्ता सुधारणा होईल, नागरी लोकसंख्येचे जीवन आणि सहज राहणे यामध्ये परिवर्तन होईल.

स्वच्छ भारत अभियान नागरी २.० चे नियोजन आणि अंमलबजावणी - नगरांमध्ये स्वच्छता आणि कचरा व्यवस्थापनाच्या एकूण अंमलबजावणीचे मूल्यमापन करण्यासाठी गृहनिर्माण आणि शहरी कार्य मंत्रालय, भारत सरकार एक वार्षिक सर्वेक्षण आयोजित करते ते म्हणजे, 'स्वच्छ सर्वेक्षण' याशिवाय शहरे वार्षिक खुल्या शौचास मुक्ती आणि कचरामुक्त शहरे प्रमाणपत्राद्वारे तृतीय पक्ष एजन्सीद्वारे सर्वेक्षण केले जाते. राज्ये/केंद्रशासित प्रदेशांमध्ये अभियानाच्या प्रगतीचा मागोवा घेण्यासाठी व्हिडिओ कॉन्फरन्स, वेबिनार, कार्यशाळा इत्यादीद्वारे आणि समर्पित पोर्टलद्वारे नियमित पुनरावलोकन आणि मूल्यांकनाद्वारे परिक्षण केले जाते.

या अभियानाच्या वापरलेले पाणी व्यवस्थापन (UWM) आणि घन कचरा व्यवस्थापन (SWM) या घटकांसाठी अनुक्रमे एकूण रु. १५,८८३ कोटी आणि रु. १०,८८४.८० कोटी अतिरिक्त केंद्रिय सहाय्य म्हणून राखून ठेवण्यात आले आहेत.

६.६. स्मार्ट शहर अभियान (Smart City Mission-SCM)

स्मार्ट शहर अभियानाची सुरुवात २५ जून २०१५ रोजी मा. पंतप्रधान श्री. नरेंद्र मोदी यांनी केली. त्यामध्ये देशातील प्रथम १०० निवडक शहरांमध्ये मजबूत पायाभूत सुविधा आणि शाश्वत वातावरण याद्वारे कार्यक्षम सेवा प्रदान करून नागरी जीवनाचा दर्जा वाढविण्याचे उद्दिष्ट होते. उत्तम उपाययोजना करून शहरी आर्थिक, सामाजिक, भौतिक आणि संस्थात्मक स्तंभ विकासाचे या अभियानाचे उद्दिष्ट होते. नागरी रहिवाशांना उद्देशून विविध गरजा, गृहनिर्माण आणि वाहतुकीपासून ते शिक्षण, आरोग्यसेवा आणि मनोरंजनापर्यंत त्यांच्या आकांक्षा पूर्ण करण्यासाठी विकसित होणारी गतिशील नागरी जागा निर्माण करण्याची अभियानाची आकांक्षा होती.

स्मार्ट शहर अभियानाची अंमलबजावणी प्रामुख्याने दोन पद्धतींद्वारे केली जाते. प्रथम दृष्टिकोन हा स्मार्ट शहर अभियान अंतर्गत शहरी क्षेत्र आधारीत विकास (ABD) वापरून शहरे विकसित केली जात आहे. त्यामध्ये १०० शहरांपैकी प्रत्येकाने लक्ष्यीत क्षेत्रासाठी एक परिभाषित क्षेत्र निवडले आहे. नागरिकांच्या सहभागातून निवडलेली ही शहरी क्षेत्र आधारीत विकास क्षेत्रे विकसित केली जात आहेत. हे शहर क्षेत्र इतर भागांसाठी नक्कल करण्यायोग्य प्रारूप आहे.

दुसरा दृष्टिकोन म्हणजे, प्रत्येक शहराने पॅन-सिटी प्रकल्प समाविष्ट केले आहेत जे तंत्रज्ञानावर आधारीत उपाय आहेत. अभियानाच्या इतर महत्त्वाच्या आयामांमध्ये कार्यक्रम अंमलबजावणीसाठी, प्रकल्पांसाठी निधीच्या अनेक स्त्रोतांना प्रोत्साहन देणे, स्पर्धात्मक संघराज्य आणि आकर्षक नागरीक प्रोत्साहन देणे यासाठी विशेष उद्देश वाहन (स्पेशल पर्पज व्हेईकल) रचना तयार करणे समाविष्ट आहे.

या अभियानांतर्गत प्रगती - या अभियानांतर्गत १०० शहरे ही ८हजारहून अधिक बहुक्षेत्रीय प्रकल्प विकसित करत आहेत. त्यासाठी अंदाजे रु. १.६ लाख कोटी खर्च व एकूण ९० टक्केपेक्षा जास्त प्रकल्प (७२४४ प्रकल्पांची रक्कम रु. १,४५,३१२ कोटी)[१०] हाती घेतले व स्मार्ट शहर अभियान प्रकल्प पूर्ण झाले. प्रत्येक शहरात विविध प्रकल्पांचा संच विकसित केला आहे. अनेक जे अद्वितीय

---

[10] Enhancing Urban Life, Vision and Progress of the Smart Cities Mission, (Ministry of Housing and Urban Affairs), Research Unit, Press Information Bureau, Government of India, September 02, 2024

आणि अस्तित्वात आहेत अशा प्रकारे प्रथमच शहरांची अंमलबजावणी क्षमता आणि अनुभव वाढवण्यापेक्षा शहर पातळीवर अधिक आणि व्यापक परिवर्तनीय उद्दिष्ट साध्य करणे आहे.

या अभियानामध्ये ७५ स्मार्ट शहरांमध्ये प्रकल्प पूर्ण झाले आहेत. १७ शहरांनी त्यांचे अभियानांतर्गत प्रकल्प १०० टक्के पूर्ण केले आहेत. ३४ शहरांनी ९० टक्केहून अधिक प्रकल्प पूर्ण केले आहेत. तर आणखी २४ शहरांनी ७५ टक्केपेक्षा जास्त प्रकल्प पूर्ण केले आहेत. या अभियानासाठी केंद्राचा एकूण परिव्यय रु. ४८ हजार कोटी होता. केंद्र सरकारने १०० स्मार्ट शहरांसाठी यापूर्वीच ४६,७८७ कोटी रुपये वितरित केले होते ज्यापैकी ९० टक्क्यांहून अधिक निधी वापरले गेले आहेत.

स्मार्ट शहर अभियानाची उपलब्धी खालीलप्रमाणे.

एकात्मिक आदेश व नियंत्रण केंद्र (Integrated Commond and Control Centres-ICCC) अशी केंद्र सर्व १०० स्मार्ट शहरांमध्ये कार्यान्वित आहेत, जे माहितीपूर्ण निर्णय घेण्यासाठी विदाचा (डेटा) वापर करतात. या केंद्रांनी कोविड महामारीच्या काळात संघर्ष-कक्ष (वॉर रुम) म्हणून कार्य केले आणि लक्षणीय सुधारणा झाली. याद्वारे शहरातील वाहतूक, पाणी पुरवठा आणि घनकचरा व्यवस्थापन यांसारख्या कामाचे कृत्रिम बुद्धिमत्ता (AI, IoT) आणि विदा विश्लेषण (डेटा ॲनालिटिक्स) सारख्या उदयोन्मुख तंत्रज्ञानाचे एकत्रिकरण झाले.

सार्वजनिक सुरक्षा आणि सुरक्षा - १०० स्मार्ट शहरांमध्ये ८३ हजारहून अधिक पाळत ठेवणारे कॅमेरे (सीसीटिव्ही) स्थापित आहेत ते गुन्हेगारी देखरेखीसाठी मदत करतात. याव्यतिरिक्त सार्वजनिक सुरक्षा वाढविणे यासाठी १८८४ आपत्कालीन कॉल बॉक्स, ३ हजार सार्वजनिक पत्ता प्रणाली आणि लाल दिव्याच्या उल्लंघनासाठी आणि स्वयंचलित नंबर प्लेट ओळख वाहतूक अंमलबजावणी प्रणाली स्थापित केली गेली आहे.

पाणी पुरवठा - यामध्ये SCADA द्वारे देखरेख, गैर-महसुली पाणी आणि गळती कमी करणे व ९९०० किलोमीटरहून अधिक पाणीपुरवठा यंत्रणा कार्यान्वित होत आहे.

घनकचरा व्यवस्थापन - यामध्ये ५० हून अधिक शहरे घनकचऱ्याचे वाढीव व्यवस्थापन करत आहेत. घनकचरा व्यवस्थापन कार्यक्षमता डिजीटल आणि सुधारण्यासाठी स्थान (AVL) तंत्रज्ञानाचा वापर, मार्ग व्यवस्थापन सुधारणे, संकलनाची कार्यक्षमता आणि दररोज व्यवस्थापन स्वयंचलित वाहनांसाठी सुमारे

४४०० वाहने RFID -सक्षम करण्यात आली आहेत.

पथदिवे - ५२ लाखाहून अधिक सौर/एलईडी पथदिवे बसविण्यात आले आहेत आणि त्याहून अधिक ८६ हजार किलोमीटर विद्युत तारा (केबल) भूमिगत करण्यात आल्या आहेत.

गतिशीलता - ४७०० किलोमीटरहून अधिक स्मार्ट रस्ते बांधले गेले किंवा सुधारले गेले आणि ५८० किलोमीटर सायकल ट्रॅक विकसित करण्यात आले आहेत. शिवाय, रहदारी कार्यान्वय सुधारणे, रहदारीचे उल्लंघन लागू करणे आणि प्रवास वेळ कमी करणे यासाठी एक बुद्धिमान वाहतूक व्यवस्थापन प्रणाली (ITMS) कार्यान्वित करण्यात आली असून त्यावर ICCC द्वारे लक्ष ठेवले जात आहे.

परवडणारी घरे आणि निवारा - ४९,३०० घरे बांधण्यात आली आहेत. रेन बसेरा, वसतिगृहे यांसारख्या सामुदायिक गृहनिर्माण प्रकल्पांमध्ये १,५६२ खोल्या आहेत (गैर-शैक्षणिक), आणि अभियानांतर्गत रात्र निवारा ठिकाण आहे.

सार्वजनिक जागा - १३०० हून अधिक उद्याने, हिरवीगार जागा आणि तलावकाठ/नदीकाठ promenades विकसित केले गेले आहेत किंवा विकसित आहेत.

शिक्षण - ७,६५४ स्मार्ट क्लासरूम आणि ४० डिजिटल ग्रंथालये विकसित करण्यात आली आहेत.

आरोग्य - १७२ ई-आरोग्य केंद्रे आणि दवाखाने (समर्पित बेडशिवाय) विकसित केले आहेत, आणि १५५ आरोग्य एटीएम देखील बसवण्यात आली आहेत.

आर्थिक केंद्रे - २१ उष्मायन केंद्रे/कौशल्य विकास केंद्रे विकसित केली गेली आहेत आणि ५६ पेक्षा अधिक बाजार पुनर्विकास प्रकल्प पूर्ण झाले आहेत.

सार्वजनिक खासगी भागीदारी (PPP) - ५० हून अधिक शहरे यशस्वीरित्या विकसित झाली आहेत किंवा सार्वजनिक खासगी भागीदारीद्वारे रु. ९,२०० कोटींचे १९९ प्रकल्प विकसित करत आहेत.

या अभियानाने सतत उदयोन्मुख गरजांशी जुळवून घेतले आहे. शहरांना लवचिकता प्रदान केली आहे आणि प्रभावीपणे प्रतिसाद दिला आहे. उर्वरित प्रकल्पांपैकी केवळ १० टक्के प्रकल्प अंमलबजावणीच्या टप्प्यावर आहेत. त्यापैकी काही प्रकल्प कायदेशीर अडचणी, विविध विभागाकडून मंजुरी मिळण्यास विलंब, भूसंपादनातील आव्हाने, डोंगराळ भागात बांधकाम आणि विक्रेत्यांमधील आव्हाने

आणि लहान आणि मध्यम शहरांमध्ये संसाधनांची उपलब्धता यामुळे विलंब झाला आहे. चालू प्रकल्प पूर्ण करण्यासाठी राज्य सरकारकडून आणि सांसद सदस्यांकडून आलेल्या अनेक विनंत्यांमुळे याअभियानाचा कालावधी ३१ मार्च २०२५ पर्यंत वाढविण्यात आला.

६.७. अटल नागरी परिवर्तन आणि पुनर्निर्माण अभियान (Atal Mission for Rejuvenation and Urban Transformation-AMRUT, 2015)

भारत सरकारने २५ जून २०१५ रोजी देशातील निवडक ५०० शहरांमध्ये अटल पुनरुज्जीवन आणि परिवर्तन अभियान (अटल नागरी परिवर्तन आणि पुनर्निर्माण अभियान) सुरू केले. हे अभियान निवडक शहरांमध्ये काही मूलभूत सुविधांच्या विकासासाठी आहे. त्यामध्ये पाणी पुरवठा, सांडपाणी व्यवस्थापन, पावसाळी पाण्याचा निचरा, हिरवीगार जागा आणि उद्याने, तसेच नॉन-मोटाराइज्ड शहरी वाहतूक इत्यादीचा समावेश होता. या अभियानामध्ये नागरी सुधारणा आणि क्षमता बांधणीचाही समावेश करण्यात आला आहे. अमृत अभियानाच्या माध्यमातून आजपर्यंत १३४ लाख नळ जोडणी आणि १०२ लाख गटार जोडण्या देण्यात आल्या आहेत.

अमृत २.० ही योजना १ ऑक्टोबर २०२१ पासून ५ वर्षांच्या कालावधीसाठी म्हणजे २०२१-२२ ते २०२५-२६ या कालावधीसाठी सुरू करण्यात आली आहे. ही योजना पाणीपुरवठ्याचे सार्वत्रिक समावेशन प्रदान करण्यासाठी तयार करण्यात आली आहे. देशातील सर्व वैधानिक शहरांमधील सर्व घरांना कार्यात्मक नळाद्वारे पाणी पुरवठा आणि अमृत योजनेच्या पहिल्या टप्प्यात समाविष्ट ५०० शहरांमध्ये सांडपाणी/सेप्टेज यासाठी आहे.

अमृत २.० योजना प्रत्येक शहरासाठी शिल्लक पाणी नियोजनाच्या विकासाद्वारे पाण्याच्या वर्तुळाकार अर्थव्यवस्थेला चालना देईल ज्यामध्ये प्रक्रिया केलेल्या सांडपाण्याचा पुनर्वापर, जलसाठ्यांचे पुनरुज्जीवन आणि जलसंवर्धन यावर लक्ष केंद्रित केले जाईल. नागरी शिल्लक पाणी प्रक्रियेद्वारे ओळखल्या गेलेल्या प्रकल्पांवर आधारीत अमृत पाण्याच्या वर्तुळाकार अर्थव्यवस्थेद्वारे शहरांचे पाणी सुरक्षित केले जाईल.

अमृत २.० पाण्याच्या न्याय्य वितरण तसेच त्याचा जबाबदार वापर खालील

घटकांद्वारे सुनिश्चित करणार आहे.

- जेथे उपेक्षित समुदायांचे लक्षणीय प्रमाण आहे तेथे प्राधान्याने पाणी आणि स्वच्छता पुरविली जाईल.
- स्थानिक समुदाय, महिला आणि बचत गटांसह सक्रियपणे गुंतणे.
- कमी उत्पन्न गट आणि कमी किमतीत प्रवेशासाठी पाणी जोडणी शुल्क माफ केले जाईल.
- पाण्याची गुणवत्ता हमी
- सुरक्षित स्वच्छता सुविधांना प्रोत्साहन देणे.

भारत सरकारच्या गृहनिर्माण आणि शहरी व्यवहार मंत्रालयाने संपूर्ण अभियान कालावधीसाठी सर्व राज्ये/केंद्रशासित प्रदेशांच्या एकूण ७७,६४० कोटी रुपयांच्या राज्य वार्षिक कृती योजना मंजूर केल्या आहेत. त्यामध्ये ३५,९९० कोटी रुपयांची वचनबद्ध केंद्रीय सहाय्यता समाविष्ट आहे. या योजनेनुसार राज्ये/केंद्रशासित प्रदेशांनी एकूण ८२,२२२ कोटी रुपये खर्चाचे ५८७३ प्रकल्प हाती घेतले आहेत. त्यापैकी ३२,७९३ कोटी रुपये खर्चाचे ४६७६ प्रकल्प पूर्ण झाले आहेत आणि ४९,४३० कोटी रुपये खर्चाचे आणखी ११९७ प्रकल्प कार्यान्वित करण्यात आले आहेत जे विविध टप्प्यांवर आहेत. पुढे सुमारे ६६,३१३ कोटी रुपये खर्चाचे प्रकल्प भौतिकदृष्ट्या पूर्ण झाले आहेत आणि त्यामध्ये केंद्र सरकारचा वाटा रुपये ७६,७६० कोटी आहे. या परिव्ययामध्ये मार्च २०२३ पर्यंत अमृत योजनेच्या चालू प्रकल्पांसाठी रुपये २२ हजार कोटी (केंद्रीय सहाय्य म्हणून रु. १० हजार कोटी) निधीचा समावेश आहे.[११]

६.८. प्रधानमंत्री आवास योजना (Pradhan Mantri Awas Yojana)

केंद्र सरकारकडून २५ जून २०१५ रोजी प्रधानमंत्री आवास योजना एक प्रमुख गृहनिर्माण योजना सुरू करण्यात आली. या योजनेचा उद्देश वर्ष २०२२ पर्यंत सर्वांसाठी घरे प्रदान करणे हा होता. या योजने अंतर्गत सर्व पात्र कुटुंबांना/लाभार्थ्यांना सुमारे १.१२ कोटी घरांच्या वैध मागणीवर घरे देण्यासाठी राज्य/केंद्रशासित प्रदेश आणि केंद्रीय नोडल एजन्सीमार्फत अंमलबजावणी करणाऱ्या संस्थांना केंद्रीय सहाय्य प्रदान केले जाते. प्रधानमंत्री आवास योजनेच्या मार्गदर्शक तत्त्वांनुसार, आर्थिकदृष्ट्या कमकुवत (EWS) वर्गासाठी घराचा आकार ३० चौरस

---

[11] https://pib.gov.in/PressReleasePage.aspx?

मीटर क्षेत्रपर्यंत असू शकतो. तथापि राज्य/केंद्रशासित प्रदेशांना मंत्रालयाच्या सल्लामसलत आणि मंजुरीनुसार घरांचा आकार वाढविण्याची लवचिकता आहे.

प्रधानमंत्री आवास योजना-नागरी २.० (PMAY-U 2.0)

प्रधानमंत्री आवास योजना-नागरी २.० च्या अतंर्गत एक कोटी गरीब आणि मध्यमवर्गीय कुटुंबांना राज्ये/केंद्रशासित प्रदेश मार्फत बांधकाम करण्यासाठी आर्थिक सहाय्य प्रदान केले जाईल. १ सप्टेंबर २०२४ पासून ५ वर्षांमध्ये शहरी भागात परवडणाऱ्या किंमतीत घर खरेदी किंवा भाड्याने घ्या या योजने अंतर्गत सरकारी मदत प्रति युनिट २.५० लाखांपर्यंत असेल. या योजने अंतर्गत रु. १० लाख कोटींच्या गुंतवणुकीसह प्रत्येक नागरिकाला चांगल्या दर्जाचे जीवन जगता येईल याची खात्री करून एक कोटी कुटुंबांच्या घरांच्या गरजा पूर्ण केल्या जातील.

या योजनेअंतर्गत विधवा, एकल महिला, अपंग व्यक्ती, ज्येष्ठ नागरिक, ट्रान्सजेंडर, अनुसूचित जाती/अनुसूचित जमाती, अल्पसंख्यांक आणि समाजातील इतर दुर्बल आणि असुरक्षित घटकांना प्राधान्य दिले जाईल. सफाई कर्मचारी, पंतप्रधान स्वनिधी योजनंतर्गत ओळखले जाणारे पथविक्रेते आणि प्रधानमंत्री विश्वकर्मा योजनेंतर्गत विविध कारागीर, अंगणवाडी सेविका, इमारत व इतर बांधकाम कामगार, झोपडपट्ट्या/चाळींमधील रहिवासी आणि योजनेच्या कार्या दरम्यान ओळखल्या गेलेल्या इतर गटांवर विशेष लक्ष केंद्रित केले जाईल. 'सर्वांसाठी घरे' या संकल्पनेसह देशभरातील सर्व पात्र शहरी कुटुंबांना सर्व हवामानातील पक्की घरे उपलब्ध करून देणे हे या योजनेचे उद्दिष्ट आहे. गृहनिर्माण आणि शहरी व्यवहार मंत्रालय, भारत सरकार खालील ४ अनुलंबांद्वारे शहरी भागातील पात्र कुटुंबांना आर्थिक सहाय्य देण्यासाठी ही योजना लागू करते.

- **लाभार्थी नेतृत्व बांधकाम (BLC) :** या योजनेचा हा अनुलंब लाभार्थी वार्षिक उत्पन्न रुपये ३ लाख पर्यंत असलेल्या आर्थिक मागास EBC श्रेणीतील वैयक्तिक पात्र कुटुंबांना त्यांच्या स्वत:च्या उपलब्ध जमिनीवर ४५ चौरस मीटरपर्यंत नवीन पक्की घरे बांधण्यासाठी (सर्व-हवामान निवास युनिट) रुपये २.५ लाखपर्यंत आर्थिक सहाय्य प्रदान करेल.
- **भागीदारीत परवडणारी घरे (AHP) :** भागीदारीत परवडणारी घरे हा अनुलंब EWS आर्थिक मागास वर्ग लाभार्थ्यांना पक्के घर घेण्यासाठी आर्थिक सहाय्य प्रदान करेल. याअंतर्गत ३०-४५ चौरम मीटर चटई

क्षेत्रफळाची उभी परवडणारी घरे सार्वजनिक/खासगी एजन्सीद्वारे बांधली जातील आणि आर्थिक मागस श्रेणीतील पात्र लाभार्थ्यांना वाटपासाठी उपलब्ध करून दिली जातील. भागीदारीत परवडणारी घरे प्रकल्पांमधील आर्थिक मागास श्रेणीच्या (रु. ३ लाखांपर्यंत वार्षिक उत्पन्न) लाभार्थ्यांना मालमत्तेच्या खरेदी किंमतीवर केंद्र आणि राज्य एजन्सीद्वारे प्रति फ्लॅट रुपये २.५ लाखपर्यंत आर्थिक सहाय्य प्रदान केले जाते.

- **परवडणारी भाड्याची घरे (ARH) :** हा अनुलंब ज्यांना घर घ्यायचे नाही परंतु अल्प मुदतीच्या आधारावर घरांची आवश्यकता आहे किंवा ज्यांच्याकडे घर बांधण्याची किंवा खरेदी करण्याची आर्थिक क्षमता नाही अशा नागरी रहिवाशांसाठी परवडणारी आणि स्वच्छ राहण्याची जागा सुनिश्चित करेल. परवडणारी भाड्याची घरे शहरी स्थलांतरीत/बेघर/निराधार/औद्योगिक कामगार/कामगार महिला/बांधकाम कामगार, शहरी गरीब (रस्त्यावरील विक्रेते, रिक्षाचालक, इतर सेवा पुरवठादार इ.) तसेच बाजारपेठेत काम करणारे स्थलांतरीतांसह/व्यापार संघटना, शैक्षणिक/आरोग्य संस्था, आदरातिथ्य क्षेत्र/कंत्राटी कर्मचारी/इतरांमध्ये आर्थिक मागास श्रेणी लाभार्थींसाठी पुरेशा भाड्याच्या घरांच्या निर्मितीला प्रोत्साहन देईल. राज्य/केंद्रशासित प्रदेश सरकार हे सुनिश्चित करतील की, आवश्यकतेनुसार कॅम्पसमधील इच्छित परिसर व्यावसायिक सुविधांसह पाणी, गटार/सेप्टेज, स्वच्छता, अंतर्गत रस्ते, सामुदायिक केंद्र, आरोग्य केंद्र, इत्यादीसारख्या आवश्यक नागरी/सामाजिक पायाभूत सुविधांची तफावत दूर केली जाईल. ही घरे राहण्यायोग्य बनविण्यासाठी अनुक्रमे रुपये ३ लाख आणि रुपये ६ लाख वार्षिक उत्पन्न असलेले आर्थिक मागास श्रेणीतील आणि कमी उत्पन्न गटातील लाभार्थी या सुविधेचा लाभ घेऊ शकतात.
- **व्याज अनुदान योजना (ISS) :** प्रधानमंत्री आवास योजना-नागरी २.० च्या व्याज अनुदान योजनेच्या अनुलंबांतर्गत १ सप्टेंबर २०२४ रोजी मंजूर झालेल्या आणि वितरीत केलेल्या गृहकर्जांवरील किंवा त्यानंतर घरांची खरेदी/पुनर्खरेदी/बांधकाम यासाठी आर्थिक मागास श्रेणी/कमी उत्पन्न गट आणि मध्यम उत्पन्न घटाच्या पात्र लाभार्थ्यांना अनुदान प्रदान केले जाईल. यामध्ये अनुक्रमे रुपये ३ लाख, रुपये ६ लाख आणि रुपये ९ लाख

वार्षिक उत्पन्न असलेले आर्थिक मागास, कमी उत्पन्न गट, आणि मध्यम उत्पन्न गट श्रेणीतील कुटुंबे योजनेचा लाभ घेण्यास पात्र असतील. या योजनेंतर्गत लाभार्थी म्हणून ओळखीसाठी वैयक्तिक कर्ज अर्जदार उत्पन्नाचा पुरावा सादर करेल.

६.९. पं. दीनदयाळ उपाध्याय राष्ट्रीय नागरी उपजीविका अभियान (Pt. Deen Dayal Upadhyay DAY - National Urban Livelihood Mission)

नागरी गरीबी निर्मूलनासह शहरी विकास हा राज्याचा विषय आहे आणि याअंतर्गत योजना/कार्यक्रमांची अंमलबजावणी ही राज्य/केंद्रशासित प्रदेश सरकारांची जबाबदारी आहे. गृहनिर्माण आणि शहरी व्यवहार मंत्रालय (MoHUA) भारत सरकार 'दीनदयाळ अंत्योदय योजना-राष्ट्रीय शहरी उपजीविका अभियान (DAY-NULM)' अंतर्गत केंद्रीय सहाय्य प्रदान करून राज्ये/केंद्रशासित प्रदेशांच्या प्रयत्नांना पूरक आहे.

भारत सरकारच्या गृहनिर्माण आणि शहरी व्यवहार मंत्रालयाने विद्यमान स्वर्णजयंती शहरी रोजगार योजनेची पुनरर्चना करून २०१३ मध्ये राष्ट्रीय शहरी उपजीविका अभियान (एनयुएलएम) सुरू केले. अभियानाची अंमलबजावणी २४ सप्टेंबर २०१३ पासून सर्व जिल्हा मुख्यालयांमध्ये (कितीही लोकसंख्या असली तरी) आणि १ लाख व त्यापेक्षा अधिक लोकसंख्या असलेल्या सर्व शहरांमध्ये लागू करण्यात आली आहे.

या योजनेचा उद्देश शहरी गरीब कुटुंबांची गरीबी आणि असुरक्षितता कमी करून त्यांना लाभदायक स्वयंरोजगार आणि कुशल वेतनाच्या रोजगाराच्या संधी उपलब्ध करून देणे, शाश्वत आधारावर त्यांचे जीवनमान सुधारण्यासाठी, शहरी गरिबांच्या तळागाळातील मजबूत संस्था निर्माण करणे हे आहे. शहरी बेघर लोकांना अत्यावश्यक सेवांनी सुसज्ज निवारा प्रदान करणे हे या अभियानाचे उद्दिष्ट आहे. याशिवाय, हे अभियान योग्य जागा, संस्थात्मक कर्ज, सामाजिक सुरक्षा इत्यादीमध्ये प्रवेश सुलभ करून शहरी रस्त्यावरील विक्रेत्यांच्या रोजीरोटीच्या समस्यांचे निराकरण करते.

या अभियानांतर्गत कौशल्य प्रशिक्षण आणि रोजगार घटकाद्वारे रोजगाराचा उद्देश नागरी गरीबांना बाजार-उन्मुख अभ्यासक्रमांमध्ये कौशल्य प्रशिक्षण प्रदान

करणे, त्यांना स्वयंरोजगार उपक्रम सुरू करण्यास सक्षम करणे किंवा पगारदार रोजगार सुरक्षित करणे हे आहेत. पुढे स्वयंरोजगार कार्यक्रम घटक लाभदायक स्वयंरोजगार उपक्रम किंवा सूक्ष्म उद्योग सुरू करण्यासाठी नागरी गरीबांच्या व्यक्ती/समूह/स्वयं-सहाय्यता गटांना आर्थिक सहाय्य करण्यावर लक्ष केंद्रित करतो.

सूक्ष्म-उद्योजकांची कार्यकारी भांडवल व संकीर्ण खर्चाची गरज भागविण्यास मदत/आधार देण्यासाठी, या योजनेद्वारे बँकांमधून क्रेडिट कार्ड किंवा मुद्रा कार्ड मिळवून देईल. तसेच तंत्रज्ञान, विपणन व इतर सहाय्य यामध्ये सूक्ष्म उद्योजकांसाठी विकासात्मक वातावरण निर्माण होण्यास सहाय्य करण्याचा विचार आहे.

वित्तीय मदतीचा आराखडा यामध्ये नागरी गरीबांना, वैय्यक्तिक व गट-उद्योग सुरू करण्यासाठी उपलब्ध असलेले वित्तसहाय्य हे बँक-कर्जांवरील व्याज अर्थसहाय्याच्या स्वरूपात असेल. वैय्यक्तिक किंवा गट-उद्योग सुरू करण्यासाठी घेतलेल्या बँक कर्जावर ७ टक्केहून अधिक व्याजदरावर व्याज-अर्थसहाय्य उपलब्ध असेल. बँकेने आकारलेला व्याजदर आणि दरसाल ७ टक्के दर यामधील फरक या प.दीनदयाळ उपाध्याय योजनेखाली बँकांना दिला जाईल. तसेच बँकांच्या निकषांनुसार सुरुवातीच्या ६ ते १८ महिन्यांच्या मेराटोरियम नंतर ५ ते ७ वर्षांच्या दरम्यान कर्ज परतफेड करण्याचे वेळापत्रक ठेवले जाईल.

६.१०. राष्ट्रीय वारसा शहर वृद्धी व विकास योजना (Heritage City Development and Augmentation Yojana-HRIDAY)

ही केंद्रीय क्षेत्राची योजना २१ जानेवारी २०१५ रोजी सुरू झाली आणि ती प्रथम अजमेर (राजस्थान), अमरावती (आंध्रप्रदेश), अमृतसर (पंजाब), बदामी (कर्नाटक), द्वारका (गुजरात), गया (बिहार), कांचीपुरम आणि वेलंकण्णी (तमिळनाडू), मथुरा आणि वाराणसी (उत्तरप्रदेश), पुरी (ओडीशा), आणि वारंगल (तेलंगाणा) या १२ शहरांमध्ये लागू करण्यात आली. या योजनेची मुदत ३१ मार्च २०१९ रोजी संपली आणि ३१ मार्च २०१९ नंतर या योजनेंतर्गत कोणतेही नवीन प्रकल्प अथवा शहर हाती घेण्यात आले नाही.

वारसा शहर वृद्धी व विकास योजनेंतर्गत शहरांना वर्षानुसार निधीचे वाटप करण्यात आले नाही तर संपूर्ण अभियान कालावधीसाठी अनुदानाचे वाटप करण्यात आले आणि ते थेट शहरांना वितरीत केले गेले. या योजनेंतर्गत राबविण्यात आलेल्या प्रकल्पांची संख्या, वाटप करण्यात आलेला निधी, जाहीर केलेला आणि वापरण्यात

आलेला निधी याचा शहरानुसारचा तपशिल खालीलप्रमाणे.

तक्ता क्र. ६.१. राष्ट्रीय वारसा शहर विकास योजनेचा वित्तीय आढावा (निधी रु. कोटीत)

अ. क्र.	शहराचे नाव	प्रकल्प संख्या	वितरीत निधी	एकूण वितरीत निधी ३१/०३/२०१९
१	द्वारका (गुजरात)	८	२२.३	२७.७६
२	वाराणसी (उत्तरप्रदेश)	११	८९.३१	८७.६२
३	कांचीपुरम (तमिळनाडू)	३	२३.०४	१९.४८
४	वेलंकण्णी (तमिळनाडू)	३	२२.२६	१९.०३
५	अजमेर (राजस्थान)	७	४०.०४	३४.१७
६	अमरावती (आंध्रप्रदेश)	३	२२.२६	१६.६
७	अमृतसर (पंजाब)	१२	६९.३१	७२.९६
८	बदामी (कर्नाटक)	४	२२.२६	१९.०३
९	गया (बिहार)	७	४०.०४	३४.७४
१०	मथुरा (उत्तरप्रदेश)	८	४०.०४	२१.७५
११	पुरी (ओडीशा)		२२.५४	१६.१२
१२	वारंगळ	५	४०.५४	३२.८२
	एकूण	७७*	४५३.९	**४०२.०८

(स्रोत - Minister of Housing and Urban Affairs, Shri Hardeep S. Puri, in a Written reply in Lok Sabha https://pib.gov.in/PressReleaseIframePage.aspx?PRID=1795154)

*बदामी (कर्नाटक) आणि वारंगळ (तेलंगाणा) येथील दोन प्रकल्प खर्च अनुक्रमे ९.३७ कोटी रु. आणि ८.९७ कोटी रु. एकूण रु. १८.३४ कोटीचे हे प्रकल्प राबविण्यात येत होते.

** निधी तरतूद आणि वितरण यामध्ये कामाची व्याप्ती आणि बदल केल्यामुळे फरक आहे.

समारोप

वाढते नागरीकरण आणि वाढत्या नागरी समस्या सोडविण्यासाठी केंद्र सरकार, राज्य सरकारे, आणि स्थानिक प्रशासकीय संस्था यांच्यामार्फत वेगवेगळ्या योजना आखण्यात आल्या आणि त्याची अंमलबजावणी देखील केली गेली. विकासाच्या या विविध योजनांचा नागरी क्षेत्रातील विविध सामाजिक घटकांना लाभही झाला आहे आणि होत आहे. परंतु वाढते नागरीकरण म्हणजे वाढती नागरी लोकसंख्या व स्थलांतर ही एक महत्त्वपूर्ण नागरी समस्या आहे. त्यावर विविध योजना किंवा कार्यक्रम राबवून काही प्रमाणात समस्यांचे निर्मूलन केले गेले आहे. मात्र यावर प्रभावी उपाय म्हणून नागरी विकासाचे विकेंद्रीकरण होणे अत्यंत आवश्यक आहे. थोडक्यात, देशातील ठराविक नगरांच्या विकासाबरोबरच देशातील इतरही लहानमोठ्या नगरांचा विकास होणे अत्यंत आवश्यक व महत्त्वाचे आहे. त्या दृष्टिकोनातून नागरी अर्थशास्त्राच्या अध्ययनाचे हे प्रायोजन आवश्यक व महत्त्वाचे आहे.

संदर्भ सूची

Urban Economic Analysis, by Werner Z. Hirsch, MacGraw Hill Book Company, New York, USA

Urban Economics, by David W. Sasmussen, Harper & Row Publishers, New York, 1973

Urban Economics, by K.P. Ajeshbabu, School of Distance Education, University of Calicut, Malappuram, Kerala, 2019

Economics and All That! Editors Dr Manjusha Musmade & Dr Subhash Patil, Sunidhi Publishers, Pune 2024

Census of India 2011, Rural Urban Distribution of Population, Registrar General & Census Commissioner, India, Ministry of Home Affairs, New Delhi, 15th July 2011

Housing Stock, Amenities & Assets in Slums – Census 2011, Registrar General & Census Commissioner, India, www.censusindia.gov.in

Handbook of Urban Statistics 2022, National Institute of Urban Affairs, Soft Copy from NIUA website https://www.niua.org

Economic Survey of Maharashtra 2022-23, Directorate of Economics and Statistics, Govt. of Maharashtra, Mumbai

Reports on Municipal Finances, Reserve Bank of India, November 2024 pdf rbidocs.rbi.org.in

Cities as Engines of Growth, Executive Summary, NITI Aayog Asian Development Bank May, 2022

Swachh Bharat Mission-Urban 2.0, Operational Guidelines

October 2021, Ministry of Housing and Urban Affairs Government of India https://sbmurban.org

Enhancing Urban Life, Vision and Progress of the Smart Cities Mission, (Ministry of Housing and Urban Affairs), Research Unit, Press Information Bureau, Government of India, September 02, 2024

Mission Document, National Urban Laivelihoods Mission, Ministry of Housing & Urban Poverty Alleviation Government of India

National Urban Sanitation Policy, Ministry of Urban Deveopment, Government of India, Nirman Bhawan, New Delhi

The Components of Urban Growth in Developing Countries, Population Division Department of Economic and Social Affairs, United Nations Secretariat, September 2001

Minister of Housing and Urban Affairs, Shri Hardeep S. Puri, in a Written reply in Lok Sabha https://pib.gov.in/PressReleaseIframePage.aspx?PRID=1795154

Minister of State for Housing and Urban Affairs, Shri. Tokhan Sahu, Written reply in Lok-Sbha https://pib.gov.in/PressReleaseIframePage.aspx?PRID=2037057

लोकसंख्याशास्त्र, ले.डॉ. अविनाश कुलकर्णी, डायमंड पब्लिकेशन्स, पुणे, २०१९

https://www.mospi.gov.in/sites/default/files/reports_and_publication/statistical.publication/social_statistics/WM17Chapter1.pdf

Office of the Registrar General and Census Commissioner https://www.citypopulation.de/en/india/cities

https://marathivishwakosh.org

https://www.nicmar.ac.in

लेखक परिचय

डॉ. अविनाश कुलकर्णी, हे एम.कॉम. एम.फील. व अर्थशास्त्र विषयात विद्यावाचस्पती (पीएच.डी.) आहेत. त्यांना इंडियन कौन्सिल ऑफ सोशल सायन्स रिसर्च (ICSSR), नवी दिल्ली यांची 'पोस्ट डॉक्टरल रिझर्च फेलोशिप' व नवी दिल्ली येथील सांस्कृतिक स्त्रोत एवं प्रशिक्षण केंद्र, सांस्कृतिक मंत्रालय, भारत सरकारद्वारा 'सिनिअर फेलोशिप' मिळाली होती. त्यांची विविध विषयांवरील एकूण १६ पुस्तके प्रकाशित झालेली आहेत. तसेच प्रसिद्ध नियतकालिकांमधून त्यांचे शोधनिबंध व लेख प्रकाशित झालेले आहेत. त्यांनी मराठी विश्वकोशसाठी विविध लेखांद्वारे योगदान दिले आहे, मराठी विश्वकोशसाठी त्यांनी लेखनाबरोबरच अनुवादक आणि समीक्षक म्हणूनही काम केले आहे. डॉ. कुलकर्णी यांना पुण्यातील दैनिक लोकमतने २०२२ मध्ये 'लोकमत गणनायक' पुरस्काराने सन्मानित केले. त्यांना मराठी अर्थशास्त्र परिषदेने नोव्हेंबर २०२३ मध्ये 'प्रा. सौ. अरुणा रारावीकर स्मृती सर्वोकृष्ट आर्थिक लेख पारितोषिक' प्रदान केले. श्री गणेश मूर्तीकार आणि व्यावसायिक कल्याणकारी मंडळ, पेण या गणेशमूर्ती उद्योजकांच्या संघटनेने त्यांना डिसेंबर २०२३ मध्ये सन्मानपत्र व भेट वस्तू देऊन सन्मानित केले आहे.